AF100885

ഗ്രീൻ ബുക്സ്

അച്ഛനുള്ള കത്തുകൾ

മുസ്തഫ കുത്‌ലു

കഥാകാരൻ, ഡോക്യുമെന്ററിയൻ, നോവലിസ്റ്റ്.
1947ൽ ടർക്കിയിലെ എഴ്സിൻകാനിൽ ജനനം.
എർസുറും അറ്റാറ്റർക്ക് യൂണിവേഴ്സിറ്റിയിൽനിന്ന്
ബിരുദപഠനത്തിനുശേഷം വെഫ ഹൈസ്കൂളിലും
ടൺസെലി ഹൈസ്കൂളിലും ജോലി ചെയ്തു.
പിന്നീട് ഡെർഗാ പബ്ലിക്കേഷൻ, ടർക്കിഷ് ലാംഗ്വേജ്
ആന്റ് ലിറ്ററേച്ചർ എൻസൈക്ലോപീഡിയയിൽ സഹായിയായി.
O, Fikir ve Sanatta Hareket, Adimlar, Hisar, Türk Edebiyat
Düsünce, Yönelisler തുടങ്ങി നിരവധി കഥകൾ രചിച്ചിട്ടുണ്ട്.

സുരേഷ് എം.ജി.: 1962ൽ തൃശൂർ ജില്ലയിലെ
ചൊവ്വന്നൂർ പഞ്ചായത്തിൽ പുതുശ്ശേരിയിൽ ജനനം.
ഇംഗ്ലീഷ് സാഹിത്യത്തിൽ ബിരുദം.
പ്രണയത്തിന്റെ രാജകുമാരി (മെറിലി വെയ്സ്ബോർഡ്),
ആൻഫ്രാങ്കിന്റെ ഡയറിക്കുറിപ്പുകൾ,
വിശുദ്ധ മാനസർ (ബുറാൻ സോന്മെസ്),
ഇന്ദ്രജാലത്തിന്റെ കാലം (ബെൻ ഓക്രി),
ഇസ്താംബൂൾ ഇസ്താംബൂൾ (ബുറാൻ സോന്മെസ്),
കാമയോഗി (സുധീർ കക്കാർ) എന്നീ കൃതികൾ
ഗ്രീൻ ബുക്സിനുവേണ്ടി വിവർത്തനം ചെയ്തിട്ടുണ്ട്.

നോവൽ

അച്ഛനുള്ള കത്തുകൾ
മുസ്തഫ കുത്‌ലു

വിവർത്തനം
സുരേഷ് എം.ജി.

ഗ്രീൻ ബുക്സ്

green books private limited
gb building, civil lane road, ayyanthole,
thrissur- 680 003, kerala, ph: +91 487-2381066, 2381039
website: www.greenbooksindia.com
e-mail: info@greenbooksindia.com

original turkish novel
uzun hikaye

malayalam
achanulla kathukal
novel
by
mustafa kutlu

translated by
suresh m.g.

first published may 2019

copyright © Mustafa Kutlu, 2001
all rights reserved

منحة الترجمة
Translation Grant
صندوق منحة الشارقة للترجمة
Sharjah Translation Grant Fund

cover design : mansoor cheruppa

branches:
thrissur 0487-2422515
palakkad 0491-2546162
thiruvananthapuram 0471-2335301
calicut 0495 4854662
kannur 0497-2763038

isbn : 978-93-87357-80-8

---

no part of this publication may be reproduced,
or transmitted in any form or by any means,
without prior written permission of the publisher.

GBPL/1053/2019

മുഖക്കുറി

കഥാകഥനത്തിന്റെ പുറന്തോടിൽ പൊതിഞ്ഞിരിക്കുന്ന സൂക്ഷ്മമായ മനുഷ്യബന്ധങ്ങളുടെ ആവിഷ്കാരം. അലിബെയുടെ മകൻ അമ്മയുടെയും അച്ഛന്റെയും ഓർമ്മപുസ്തകം രചിക്കുകയാണ്. പ്രണയത്തിന്റെ വിഷാദവും സൗന്ദര്യവും കിനിയുന്ന നോവൽ.

കൃഷ്ണദാസ്
മാനേജിങ് എഡിറ്റർ

ഭാഗം ഒന്ന്

അന്നെനിക്ക് പതിനാറ് വയസ്സ്. സിക്സ്ത് ഫോമിൽ രണ്ടാം വർഷം. ഞാനന്ന് നല്ല ഉയരമുള്ള മെലിഞ്ഞ ഒരു പയ്യൻ. ഒരു മുള്ളൻ പന്നിയുടെ മുള്ളുപോലെ മുടി സ്പൈക് ചെയ്തിട്ടുണ്ട്. അത് രണ്ട് വശങ്ങളിലേക്ക് ചീകിയൊതുക്കാനാകില്ല. പുറകിലേക്കും മാടിയിടാനാകില്ല. ഇത് ചില പ്പോഴെന്നെ ഭ്രാന്ത് പിടിപ്പിക്കാറുണ്ട്.

"നീ ഒരാടിനെപ്പോലെ ദുശ്ശാഠ്യക്കാരനാണ്. ദുശ്ശാഠ്യമുള്ള കുട്ടികളുടെ മുടിക്ക് കട്ടികൂടും. നിന്റെ മുത്തച്ഛന്റെ രൂപമാണ് നിനക്ക്. അമ്മയുടേതാ യിരുന്നെങ്കിൽ എന്ന് ഞാൻ പലപ്പോഴും ആഗ്രഹിക്കാറുണ്ട്," അച്ഛൻ എന്നോടിങ്ങനെ പറയാറുണ്ടായിരുന്നു.

അമ്മയുടേത് പട്ടുപോലെയുള്ള മുടിയായിരുന്നു. സ്വർണ്ണവർണ്ണ ത്തിലുള്ളത്. എന്നാൽ ഞാൻ ഏറ്റവും ആഗ്രഹിക്കുന്നത് അമ്മയുടെ ആ നീലക്കണ്ണുകൾ എനിക്ക് ലഭിച്ചിരുന്നെങ്കിൽ എന്നാണ്.

"എന്റെ മോന് നല്ല വിദ്യാഭ്യാസമുണ്ടാകും. ഒരു വലിയ ഉദ്യോഗ സ്ഥനാകും," എന്ന് അമ്മ എപ്പോഴും പറയും.

എന്നിട്ട് അച്ഛനുനേരെ ഒളികണ്ണിട്ട് നോക്കും. അവർ തമ്മിൽ എന്തോ രഹസ്യ ധാരണയുള്ളതുപോലെ. അപ്പോൾ അച്ഛനും അമ്മയെ ഒളികണ്ണിട്ട് നോക്കും. അമ്മ പറഞ്ഞതിനെ പുഞ്ചിരിച്ചുകൊണ്ട്, കളിയാക്കലിന്റെ ലാഞ്ഛനയുള്ള പുഞ്ചിരികൊണ്ട്, തള്ളിക്കളയും.

"ഹാ! നമുക്കും വിദ്യാഭ്യാസമില്ലേ! എന്നിട്ട് നമ്മളെവിടെവരെയെത്തി?" എന്ന് ചോദിക്കും.

അമ്മയെക്കുറിച്ചുള്ള ഓർമ്മകളോടൊപ്പം എന്നിൽ ആ വീടോർമ്മ വരും. മഞ്ഞിലൂടെ ഒഴുകിവരുന്ന, യക്ഷിക്കഥകളിലെ കപ്പൽ പോലൊരു വീട്. ചില ചിത്രത്തുണ്ടുകൾ, ചില സംഭവങ്ങൾ, ചില മുഖങ്ങൾ, എന്റെ ഓർമ്മകളെ പരവശപ്പെടുത്തും.

യാതൊരു സംഭ്രമവുമില്ലാതെ, ഓരോ തവണയും അമ്മ എനിക്കെല്ലാം പറഞ്ഞുതരാറുണ്ടായിരുന്നു. അവരെക്കുറിച്ചെല്ലാം. വിശദാംശങ്ങൾ ഒന്നും ചോർന്നു പോകാതെ. ഒരു നോവലിലെ അദ്ധ്യായങ്ങൾ വായിക്കു ന്നതുപോലെ വ്യക്തമായാണ് അമ്മ പറഞ്ഞു തരിക. അത് ഓർമ്മവരുമ്പോ ഴൊക്കെ ഞാൻ അഞ്ചോ ആറോ വയസ്സുള്ള കുട്ടിയാകും. പതുപതുത്ത, ഇളം ചുവപ്പ് നിറമുള്ള സ്വപ്നങ്ങളുടെ ലോകത്തിലേക്കെത്തിച്ചേരും.

ഞങ്ങൾ ഒരു പഴയ വാഗണിലാണ് താമസം. ഒരു റെയിൽ പാളത്തിന്റെ ഓരത്തേക്ക് വലിച്ചിട്ടിരിക്കുന്ന, ഉപയോഗശൂന്യമായ ഒരു വാഗണിൽ. റെയിൽവെ സ്റ്റേഷനു തൊട്ടുപുറകിലാണിത്.

വാഗൺ വീട്

അച്ഛൻ പ്രഭാതത്തിൽതന്നെ ജോലിക്ക് പോകും. ഞാനെഴുന്നേൽക്കുമ്പോഴേക്കും അച്ഛൻ പോയിട്ടുണ്ടാകും. അമ്മ കോഴിക്ക് തീറ്റയിട്ടു കൊടുത്ത് പുറത്ത് നില്പുണ്ടാകും.

"എന്നെ ഉണർത്തിയില്ലല്ലോ! എന്നെ വിളിക്കണമെന്ന് ഞാൻ പറഞ്ഞിട്ടില്ലേ. അപ്പോൾ എനിക്കും കോഴിക്ക് തീറ്റകൊടുക്കാമല്ലോ!" ഞാൻ ചിണുങ്ങും.

പുറത്ത് കത്തുന്ന വെയിലുണ്ടാകും. വേനലിൽ ചുട്ടുപൊള്ളുന്ന വെയിൽ, ശരത്കാലത്ത് മഞ്ഞ്.ഞങ്ങൾ അക്കാലത്ത് ടർക്കിയുടെ കിഴക്കൻ പ്രദേശങ്ങളിൽ എവിടേയോ ആയിരുന്നിരിക്കണം. വാഗണിന്റെ മുന്നിൽ അമ്മ ഒരു തോട്ടമുണ്ടാക്കിയിട്ടുണ്ടായിരുന്നു. അമ്മ അവിടെ പലതരം ചെടികൾ നട്ടുപിടിപ്പിച്ചിട്ടുണ്ടായിരുന്നു. നാലുമണിയും ചെട്ടിപ്പൂവുമുണ്ടായിരുനു. പിന്നെ കാട്ടുചെടികളുമുണ്ടായിരുന്നു. വള്ളിയിൽ പടർന്ന് കയറുന്നവയുണ്ടായിരുന്നു. അവയെ അമ്മ വാഗണിന് മുകളിലേക്ക് വള്ളികെട്ടി വളർത്തിയിട്ടുണ്ടായിരുന്നു. രണ്ട് കാർണേഷൻ ചെടികളുമുണ്ടായിരുന്നു. ചട്ടിയിലാണവ വളർത്തിയിരുന്നത്. എണ്ണയുടെ ടിന്നുകളാണവയ്ക്ക് ചട്ടികളായത്. തണുപ്പുകാലം തുടങ്ങിയാൽ ആ ചട്ടികൾ ഞങ്ങൾ അകത്തേക്കെടുത്ത് വയ്ക്കും. വാഗൺ വീടിന്റെ ഒരു വശത്ത് ഒരു ജാലകമുണ്ട്. അതിലൂടെ നോക്കിയാൽ നദി കാണാം. ആ ജാലകത്തിനരികിലേക്കാകും ഈ കാർണേഷൻ ചെടികളെ നീക്കി വയ്ക്കുന്നത്. പ്രഭാതത്തിൽ അരിച്ചെത്തുന്ന വെയിൽ എന്റെ കണ്ണിൽ നേരെ പതിക്കും. കാർണേഷൻ ചെടികളിൽ നിന്നുള്ള സുഗന്ധം മുറിയുടെ എല്ലാ മൂലയിലും നിറയും.

മരം കൊണ്ടുണ്ടാക്കിയ ഒരു കോഴിക്കൂടുണ്ടായിരുന്നു ഞങ്ങൾക്ക്. ഒരു ചെറിയ നായയുമുണ്ടായിരുന്നു. അമ്മ വെള്ളമെടുത്ത് എന്റെ മുഖം കഴുകിക്കും. കൈകൊണ്ട് പമ്പ് ചെയ്യുന്ന ഒരു പമ്പുണ്ട് അടുത്ത്. അതിനു ശേഷം അമ്മ വാഗണിന്റെ മറവിൽ നട്ടുപിടിപ്പിച്ചിരിക്കുന്ന പച്ചക്കറിത്തോട്ടത്തിലേക്ക് നീങ്ങും.

ഞാനപ്പോൾ അവിടെയൊക്കെ ഓടിക്കളിക്കും. കാക്കകളെ കല്ലെറിയുക എന്നതായിരുന്നു ഇഷ്ടവിനോദം. ഉച്ചയോടടുത്ത സമയത്ത് ഒരു മെയിൽ വണ്ടിയെത്തും. അതിനു ശേഷം ഒരു ചരക്കുവണ്ടി. അവ സ്റ്റേഷനിൽ നിന്ന് കിതയ്ക്കും.

എല്ലാ മെയിൽ വണ്ടികളിലും പട്ടാളക്കാരാണോ എന്ന് ഞാൻ അക്കാലത്ത് അദ്ഭുതപ്പെട്ടിട്ടുണ്ട്,

എന്റെ മനസ്സിൽ ഇടം പിടിച്ച ചിത്രങ്ങൾ അന്ന് അതാണെന്നോട് പറഞ്ഞത്!

ഒന്ന് കണ്ണടച്ച് തുറക്കുന്ന സമയമേ വണ്ടി സ്റ്റേഷനിലുണ്ടാകുകയുള്ളൂ. ആ വിലപ്പെട്ട സമയത്ത് പട്ടാളക്കാർ വാഗണുകളിൽ നിന്നും ചാടിയിറങ്ങും. പമ്പിനരികിലേക്കെത്തും. മുഖം കഴുകും. പരസ്പരം വെള്ളം തെറിപ്പിക്കും. വെള്ളക്കുപ്പികളിൽ വെള്ളം നിറയ്ക്കും. എന്നിട്ട് അതേ വേഗത്തിൽ തിരിച്ച് കയറും.

കൽക്കരി, ലോഹങ്ങൾ, ആട്, ആട്ടിടയർ, വലിയ കംഗാലുകൾ (നായവർഗ്ഗം) എന്നിവയെല്ലാം കുത്തിനിറച്ച് കൊണ്ടുവരുന്നവയാണ് ചരക്ക് വണ്ടികൾ.

സ്റ്റേഷനു മുന്നിലേക്ക് അലഞ്ഞെത്താൻ അമ്മ ഒരിക്കലും അനുവദിക്കാറില്ല. തീവണ്ടിക്കരികിലേക്ക് പോകാനും. എന്നാൽ സ്റ്റേഷനിൽ നിന്ന് തീവണ്ടി പോയിക്കഴിഞ്ഞാൽ, അവിടെയുള്ള കോലാഹലമൊക്കെ അടങ്ങിക്കഴിഞ്ഞാൽ, റെയിൽവേ സ്വിച്ച്മാന്റെ ഭാര്യയും മകളും അവിടെ വട്ടം കറങ്ങാനാരംഭിക്കും. അപ്പോഴേക്കും നിഴലിനു നീളം കൂടിയിട്ടുണ്ടാകും. സായാഹ്നത്തിന്റെ തണുപ്പ് അരിച്ചെത്തി തുടങ്ങിയിട്ടുണ്ടാകും. അമ്മ ഒരു പരുക്കൻ കമ്പിളിയെടുത്ത് വാഗണനരികിലിടും. നദിയെ കാണാവുന്നിടത്തിടും. അതിലിരുന്ന് സംസാരമാരംഭിക്കും. അത് മണിക്കൂറുകളോളം തുടരും.

റെയിൽവേക്കാരന്റെ ഭാര്യ എന്നും ദുഃഖിതയാണ്. അവരുടെ ഭർത്താവ് മദ്യപാനിയാണ്. സംസ്കാരമില്ലാത്തവനാണ്. പകലെന്നോ രാത്രിയെന്നോ ഇല്ലാതെ ഭാര്യയെ മർദ്ദിക്കുകയാണയാളുടെ വിനോദം. അവരുടെ മകൾക്ക് അന്ന് എട്ടോ പത്തോ വയസ്സ് പ്രായമുണ്ടാകും. ഈ കാഴ്ചകൾ അവളെ വല്ലാതെ ആഘാതമേല്പിച്ചിട്ടുണ്ടാകും. ഒരുപക്ഷേ അവളേയും ഇത്തരത്തിൽ ഉപദ്രവിക്കുന്നുണ്ടാകാം. അടിയുടേയും തൊഴിയുടേയും ഒരു പങ്ക് അവൾക്കും ലഭിക്കുന്നുണ്ടാകാം. അവൾ എന്നും നിശ്ശബ്ദയായിരുന്നു. ഏതാനും വാക്കുകൾ ഒന്നിച്ച് അവൾ സംസാരിക്കുന്നത് അപൂർവമായേ കണ്ടിട്ടുള്ളൂ. അവളുടെ അമ്മയുണ്ടാക്കിക്കൊടുത്ത പാവകളെ അവൾ എനിക്ക് കാണിച്ച് തരും. എന്നിട്ട് “ബാബ്-ബി...ബാബ്-ബി” എന്നോ മറ്റോ പറയാൻ വലിയ തോതിൽ പരിശ്രമിക്കും. നിരാശ മാത്രം നിറഞ്ഞ അവരുടെ ലോകത്ത്, ഞാൻ അവൾക്ക് ഒരു കൊച്ചനുജനായിരുന്നു. ഞാൻ എന്ത് ചോദിച്ചാലും അവൾ തരും. ഒരു പൂച്ചയെപ്പോലെ മരത്തിൽ പൊത്തിപ്പിടിച്ച് കയറും. ഈ പാഴ്ഭൂമിയിൽ എന്ത് കണ്ടാലും അതെനിക്ക് കൊണ്ടുവന്ന് തരും. അത് കൂണുകളാകാം, ജറുസലേം മുൾച്ചെടികളാകാം, സ്കോർസൊനീര എന്ന ചെടിയുടെ ഇലകളാകാം.

ഈ പെൺകുട്ടിയോടൊപ്പം കാക്കയെ ഓടിച്ചും നായയോടൊപ്പം ഓടിക്കളിച്ചും മണിക്കൂറുകൾ ചിലവിടുമ്പോൾ ഞാൻ ക്ഷീണിതനാകും. അമ്മയുടെ മടിയിൽ തലവച്ച് ഉറങ്ങും. അങ്ങനെ സായാഹ്നമാക്കും.

എന്റെ മനസ്സിൽ ഇപ്പോഴും തെളിഞ്ഞുവരുന്നത് ആകാശത്തിന്റെ നീലിമയും അവിടെ ഉരുണ്ടുകൂടുന്ന മേഘങ്ങളും അമ്മയുടെ ആകാശ നീല കണ്ണുകളുമാണ്.

വൈകുന്നേരം പ്രാർത്ഥനയ്ക്ക് സമയമാകുന്നതിനു മുമ്പേ അച്ഛനെത്തും. കൈയിൽ ഒരു കുട്ടയുണ്ടാകും. അതിൽ കുറച്ച് റൊട്ടി, പച്ചക്കറി പിന്നെ എനിക്ക് ഇത്തിരി മധുരം എന്നിവയുണ്ടാകും. എനിക്കുള്ള മധുരം അച്ഛൻ എന്തായാലും മുടക്കാറില്ല. അതൊന്നുകിൽ വർണ്ണക്കടലാസിൽ പൊതിഞ്ഞതാകും. അല്ലെങ്കിൽ ചുവപ്പും വെള്ളയും കലർന്ന കോലുമിഠായിയാകും. ഒരു ധാന്യക്കച്ചവടക്കാരന്റെ കടയിൽ കണക്കെഴുത്തായിരുന്നു അച്ഛനു ജോലി എന്നാണെന്റെ ഓർമ്മ. നദിക്കക്കരെയുള്ള പട്ടണത്തിലാണ് അച്ഛൻ ജോലി ചെയ്തിരുന്നത്.

വളരെക്കാലം കഴിഞ്ഞ്, അമ്മയുടെ മരണശേഷം ഞാനും അച്ഛനും പട്ടണങ്ങളായ പട്ടണങ്ങളിൽ അലഞ്ഞ് തിരിയുന്നവരായി. അങ്ങനെ ഒരു യാത്രയ്ക്കിടയിൽ, ഒരു വലിയ ട്രക്കിന്റെ കാബിനിലോ ഒരു കുതിര വണ്ടിയിലോ അതോ ഒരു തീവണ്ടിയുടെ രണ്ടാം ക്ലാസ് കമ്പാർട്ട്മെന്റിലോ വച്ച് ഞാൻ അച്ഛനോട് "നമ്മളെങ്ങനെ ആ വാഗൺ വീട്ടിൽ താമസമാക്കി" എന്ന് ചോദിച്ചു. "എന്തുകൊണ്ടാണവിടെ താമസമാക്കിയത്" എന്നും.

എന്റെ ചോദ്യങ്ങളോട് അച്ഛൻ ഒരിക്കലും മുഖം തിരിച്ചിട്ടില്ല. ചോദ്യങ്ങൾ കേട്ട് മുഷിഞ്ഞിട്ടില്ല. എന്നെ നിശ്ശബ്ദനാക്കാൻ ശ്രമിച്ചിട്ടില്ല. പകരം അദ്ദേഹത്തിന്റെ ജീവിതത്തിലെ എല്ലാ ഘട്ടങ്ങളെക്കുറിച്ചും പറയും. മണിക്കൂറുകൾ അതിനായി ചിലവിടും. ചെറിയ വിശദാംശങ്ങൾ വരെ പറയും.

അച്ഛൻ എന്നെ ഒരിക്കലും ഒരു കുട്ടിയായി കണ്ടിട്ടില്ല. തന്റെ സതീർത്ഥ്യൻ അല്ലെങ്കിൽ സമപ്രായക്കാരൻ എന്നേ കണക്കാക്കിയിട്ടുള്ളൂ.

അമ്മയുടെ മാതാപിതാക്കളുടെ അനുവാദമില്ലാതെയാണ് അച്ഛൻ അമ്മയെ വിവാഹം കഴിച്ചത്. അതായത് അമ്മ അച്ഛനൊപ്പം ഓടിപ്പോന്നതാണെന്ന്. അച്ഛൻ ഒറ്റയാനായിരുന്നു. മാതാപിതാക്കളില്ല. അനാഥൻ. ബൾഗേറിയയിൽ നിന്നും ടർക്കിയിലേക്ക് കുടിയേറിയവരിൽപെട്ടതാണ് അച്ഛൻ. അച്ഛന്റെ മുത്തച്ഛനാണ് അച്ഛനെ വളർത്തിയത്. പെൽവാൻ സുലൂമാൻ എന്നായിരുന്നു അദ്ദേഹത്തിന്റെ പേര്. മുത്തച്ഛനും ചെറുമകനും ഒന്നിച്ച് രാജ്യം വിട്ടു. അവർ അവിടെ നിന്ന് ഒന്നിച്ച് രക്ഷപ്പെട്ടു എന്ന് പറയുകയാണ് ശരി. അങ്ങനെ രക്ഷപ്പെടാനുള്ള ശ്രമത്തിനിടയിൽ മറ്റ് കുടുംബാംഗങ്ങൾ പിടികൂടപ്പെട്ടു. അക്കാലത്ത് ബൾഗേറിയ ഒരു കമ്മ്യൂണിസ്റ്റ് രാഷ്ട്രമായിരുന്നു. ടർക്കിയുമായി നല്ല ബന്ധത്തിലായിരുന്നില്ല. അച്ഛമ്മയുടെ മറ്റ് ബന്ധുക്കളെക്കുറിച്ചും അവർക്കറിയാനായില്ല. അവരെല്ലാം കിർകാലിയിൽ (ബൾഗേറിയയിലുള്ള ഒരു പട്ടണമാണിത്.) തന്നെ തുടർന്നു എന്ന് മാത്രം അറിയാം.

വർഷങ്ങൾ കഴിഞ്ഞപ്പോൾ പഴയ കുടുംബബന്ധങ്ങളെല്ലാം എല്ലാവരും മറന്നു.

പെൽവാൻ സൂലൂമാൻ ഇസ്താംബൂളിലെത്തി. എയൂപ് സുൽത്താൻ - ഇസ്താംബൂളിന്റെ യൂറോപ്പ് ഭാഗത്തെ ചരിത്രപ്രസിദ്ധമായ ഒരു ജില്ലയിലെ ഒരു വീട്ടിൽ, ബൾഗേറിയയിൽ നിന്നും രക്ഷപ്പെട്ട് മറ്റുള്ളവരോടൊപ്പം താമസമാക്കി. അവർ ആ വീട് വാടകയ്ക്കെടുക്കുകയായിരുന്നു. മരം കൊണ്ടുണ്ടാക്കിയ വീടായിരുന്നു അത്. ഈ വീടിന്റെ ഉടമ ധനികയായിരുന്നു. നിസാന്തസി എന്നായിരുന്നു അവരുടെ പേര്. ജീവിക്കാൻ വരുമാനം നൽകുന്ന ജീവിതോപാധികളോ നിപുണതകളോ കൈവശമില്ലാത്ത വ്യക്തിയായിരുന്നു പെൽവാൻ സൂലൂമാൻ.

ബൾഗേറിയയിലായിരുന്ന കാലത്ത് പശുക്കളെ വളർത്തലായിരുന്നു അദ്ദേഹത്തിന്റെ തൊഴിൽ. അതിന്റെ പാലുവിറ്റായിരുന്നു ഉപജീവനം. അത് കൂടാതെ കൗമാരം മുതൽ ഗുസ്തിമത്സരങ്ങളിൽ പങ്കെടുക്കാറുണ്ടായിരുന്നു.

അതെന്തോ ആകട്ടെ, കൈയിലുള്ള പണമുപയോഗിച്ച് അദ്ദേഹം കുറച്ച് ആടുകളെ വാങ്ങി. വീടിന്റെ തൊടിയുടെ മൂലയിൽ ഒരു ആട്ടിൻ കൂട് വച്ചുകെട്ടി അതിൽ ആടിനെ പോറ്റാനാരംഭിച്ചു. ബാക്കിയെല്ലാം ദൈവം തരും എന്നാണദ്ദേഹം വിശ്വസിച്ചത്. കാലം തുണച്ചു. ആടുകളുടെ എണ്ണം വർദ്ധിച്ചു. ഈ 'വിശുദ്ധ' മൃഗങ്ങൾ മനുഷ്യന് പല വിധത്തിൽ ഉപകാരപ്പെടുന്നു എന്ന് നിങ്ങൾക്ക് അറിയാമല്ലോ.

അധികം താമസിയാതെ അവർ ഏതാനും പശുക്കളെകൂടി വാങ്ങി. ഏതാനും കോഴികളേയും. തൊടിയുടെ മറ്റൊരു മൂലയിൽ ഒരു കോഴിക്കൂടുയർന്നു. തള്ളക്കോഴികൾക്കും പൂവൻകോഴികൾക്കുമിടയിൽ ടർക്കികൾ, താറാവുകൾ എന്നിവയുമെത്തി. മാന്ത്രികവിദ്യയാലെന്നപോലെയായിരുന്നു ഈ വളർച്ച. ചുറ്റിലുമുള്ള ചിലരുടെ താത്പര്യം മുൻനിർത്തി പെൽവാൻ ഏതാനും കാടകളേയും വളർത്തിയിരുന്നു.

"ഞങ്ങളുടെ നായ, പൂച്ച, ആടുകൾ, പ്രാവുകൾ തുടങ്ങി എല്ലാ ജീവജാലങ്ങളേയും ഒന്നിച്ച് കൂട്ടിയാൽ, ഞങ്ങളവിടെ ഒരു മൃഗശാല നടത്തുകയാണോ എന്ന് സംശയിച്ചുപോകുമായിരുന്നു. പട്ടണത്തിനു നടുക്ക് ഒരു മൃഗശാല" എന്നാണ് അച്ഛൻ അതിനെക്കുറിച്ച് പറയാറുള്ളത്. സത്യമായും അതൊരു മൃഗശാലപോലെയായിട്ടുണ്ടായിരുന്നു. എന്നാൽ ഒരുഭാഗത്തുനിന്നും ചില മർമ്മരങ്ങൾ, എതിരഭിപ്രായങ്ങൾ, എതിർപ്പുകൾ ഉയരാനാരംഭിച്ചു.

"ബൾഗര്യാലി (ഒരു ബൾഗേറിയക്കാരൻ) നമ്മുടെ ജില്ലയെ ഒരു ചെറ്റക്കുടിലാക്കി. പശുക്കളുടെ അമർച്ചയും ചാണകത്തിന്റേയും കാഷ്ഠത്തിന്റേയും മണവും സഹിക്കവയ്യാതായി തുടങ്ങി" എന്നായിരുന്നു മുറുമുറുപ്പ്. ഒരു ദിവസം ഒരാൾ തൊടിയിലേക്ക് ഇരച്ച് കയറി വന്നു. പെൽവാൻ സൂലൂമാനെ ഭീഷണിപ്പെടുത്താനാരംഭിച്ചു. പെൽവാൻ എന്തു ചെയ്തെന്നറിയാമോ? അയാൾ അതിക്രമിച്ച് കയറി വന്നയാളെ കഴുത്തിന് കുത്തിപ്പിടിച്ചു. അയാളുടെ ഇളകിയാട്ടം ഒരു നിമിഷം കൊണ്ട് അവസാനിപ്പിച്ചു. അയാളെ തോട്ടത്തിലെ മൾബറി മരത്തിൽ പിടിച്ച് കെട്ടിയിട്ടു.

ഒരു പാഠം പഠിപ്പിക്കാനായി അഞ്ചാറുമണിക്കൂർ അവിടെ നിറുത്തി. അന്നു മുതൽ എതിർപ്പിന്റെ കാഠിന്യം കുറഞ്ഞു.

തൊടിയുടെ മറ്റൊരു മൂലയിൽ അവർ പച്ചക്കറി കൃഷി ആരംഭിച്ചു. ചീര തുടങ്ങിയ ഇലവർഗ്ഗങ്ങൾ, തക്കാളി, വെള്ളരി തുടങ്ങിയ പച്ചക്കറികൾ എന്നിവയെല്ലാം നട്ടുപിടിപ്പിച്ചു. അവ വിൽക്കാനുമാരംഭിച്ചു. ആജാനുബാഹുവായ പെൽവാൻ സൂലൂമാൻ അവിടത്തെ അങ്ങാടിയിൽ പ്രസിദ്ധനായി തുടങ്ങി.

എന്റെ അച്ഛൻ അക്കാലത്ത് സെക്കണ്ടറി സ്കൂളിലായിരുന്നു.

അങ്ങനെയാണ് അച്ഛന് സ്കൂൾ വിദ്യാഭ്യാസം പൂർത്തിയാക്കാൻ സാധിച്ചതും!

അങ്ങനെ മുത്തച്ഛൻ-ചെറുമകൻ ജോടി ജീവിതത്തിൽ ഒന്നിച്ച് മുന്നേറി. പ്രശ്നങ്ങളെ അവർ ഒന്നിച്ച് നേരിട്ടു. ജീവിതം എന്നാൽ എന്താണ് എന്ന് നിങ്ങൾക്ക് ചോദിക്കാം. അത് ഉത്തരമില്ലാത്ത ഒരു ചോദ്യമാണ്. വ്യാഖ്യാനിക്കാനാകാത്ത നിഗൂഢതയാണ്. നമ്മൾ സൃഷ്ടിച്ച അലങ്കാരങ്ങൾ എന്നും നമ്മോടൊപ്പമുണ്ടാകും എന്ന മിഥ്യാബോധത്തിലാണ് നമ്മൾ ജീവിക്കുന്നത്. എന്നാൽ ഒരു ദിനം ആ പാശം മുറിയും. വെളിച്ചമണയും. എല്ലാം തകർന്നടിയും. അത് തന്നെയാണെന്റെ അച്ഛനും സംഭവിച്ചത്.

ഒരു ദിവസം പള്ളിയിൽ നിസ്കാരത്തിനു മുമ്പ് വുളുവെടുത്തിരുന്ന പെൽവാൻ സൂലൂമാൻ, ഒരു വലിയ വൃക്ഷം വേരോടെ പറിഞ്ഞ് വീഴുന്നതുപോലെ നിലത്ത് വീണു.

അച്ഛൻ വീണ്ടും അനാഥനായി. അന്നുമുതൽ ആ തൊടിയിലേക്കോ വീട്ടിലേക്കോ കടന്ന് ചെല്ലാൻ അച്ഛന്റെ മനസ്സനുവദിക്കാതായി. അയൽക്കാരും സുഹൃത്തുക്കളും ഉപദേശിച്ചു. “അലി, മകനേ, നീ ഇങ്ങനെയാകരുത്. നിന്റെ മുത്തച്ഛൻ കത്തിച്ചുവച്ച ചൂള വീണ്ടും തിളങ്ങണം. അതിൽ അഗ്നിയെരിയയണം. ഞങ്ങളുടെ പിന്തുണ നിനക്കുണ്ടാകും. നീ ഇപ്പോൾ ചെറുപ്പമാണ്. പ്രായമായാൽ നിനക്കൊരു പെണ്ണിനെ ഞങ്ങൾ കണ്ടെത്തിത്തരും. അങ്ങനെ നിനക്ക് സന്തോഷത്തോടെ ജീവിക്കാം.” അച്ഛൻ അവരുടെ ഉപദേശം കേട്ടു. തല കുനിച്ച്, വണക്കത്തോടെ, കേട്ടു.

പക്ഷേ അവസാനം ഹൃദയം എന്ത് പറഞ്ഞുവോ അത് അനുസരിച്ചു.

മുത്തച്ഛന്റെ സമ്പാദ്യമായിരുന്നതെല്ലാം ഈ സുഹൃത്തുക്കളുടെ സഹായത്തോടെ വിറ്റഴിച്ചു. മൃഗങ്ങൾ, പക്ഷികൾ, ഫർണിച്ചർ എല്ലാം വിറ്റു. അവിടെ നിന്ന് താമസം മാറ്റി.

കയ്യിൽ കരുതിയത്, ഗുസ്തി പിടിക്കുമ്പോൾ പെൽവാൻ സൂലൂമാൻ കയ്യിൽ കെട്ടാറുണ്ടായിരുന്ന ഒരു ഉറുമാൽ മാത്രം.

അച്ഛൻ അച്ഛനെ കാലത്തിനു വിട്ടുകൊടുത്തു. ജീവിതത്തിന്റെ ചൂളയിൽ തല്ലിപ്പരത്തി മൂർച്ച കൂട്ടാൻ അനുവദിച്ചു.

അദ്ദേഹത്തിന് വിദ്യാഭ്യാസം തുടരാനായില്ല. എന്നാൽ പല ജോലികൾ ചെയ്തു. കണക്കെഴുത്ത്, ഗുമസ്തൻ, ഒരു പുസ്തകക്കടയിലെ വില്പനക്കാരൻ - ഈ പുസ്തകക്കടയുടെ ഉടമ ഒരു ഇടതുപക്ഷ അനുഭാവിയായിരുന്നു - അങ്ങനെ പലതും. അവിടെ ജോലി ചെയ്തിരുന്ന കാലത്ത് വായന ഒരു ഹരമായി. പല പുസ്തകങ്ങളും വായിച്ചു. അക്കാലത്ത് തന്നെ എഴുത്ത് എന്ന സാഹസവും തുടങ്ങി. അതിനു ശേഷം ഒരു വക്കീലിന്റെ സഹായിയായി. അതിനുശേഷം ഹാലിസിയോഗ്ലുവിൽ (ബെയോഗ്ലുവിലെ ഒരു ഉപജില്ല) പട്ടാളസേവനത്തിനു പോയി. അങ്ങനെ വർഷങ്ങൾ കടന്നുപോയി.

അമ്മയുടെ കാര്യമോ?

എയൂപ്പിൽ താമസിച്ചിരുന്ന കാലം തൊട്ടേ അച്ഛനും അമ്മയും തമ്മിൽ പരിചയമുണ്ടായിരുന്നു. അച്ഛൻ ഒമ്പതിൽ പഠിക്കുമ്പോൾ അമ്മ പെൺകുട്ടികൾക്കായുള്ള ആർട്സ് സ്കൂളിലായിരുന്നു. എയൂപ്പിലെ കുപ്രസിദ്ധ കുടുംബമായിരുന്നു അമ്മയുടേത്. അവിടെ അവർക്ക് ഒരു സിനിമാടാക്കീസുണ്ടായിരുന്നു. എല്ലാ ഋതുക്കളിലും അവിടെ കളിയുണ്ടാകാറുണ്ട്. അതുകൂടാതെ അവർക്ക് ഒരു ഓപ്പൺ എയർ സിനിമാടാക്കീസുമുണ്ടായിരുന്നു. അമ്മയുടെ സഹോദരന്മാർ തെമ്മാടികളായിരുന്നു. താളം തെറ്റിയ ജീവിതം നയിച്ചിരുന്നവരായിരുന്നു. ആ ജില്ലയിലുള്ളവരെയെല്ലാം അവർ ഭീഷണിപ്പെടുത്തുമായിരുന്നു. അമ്മ കൊച്ചുകുട്ടിയായിരുന്ന കാലം തൊട്ടേ അവർ അമ്മയ്ക്കായി പല നിയമങ്ങൾ പുറപ്പെടുവിച്ചിരുന്നു. ബാൽക്കണിയിൽ കയറി നിൽക്കരുത്.... ജാലകത്തിലൂടെ പുറത്തേക്ക് നോക്കരുത്... അങ്ങനെയങ്ങനെ...

പക്ഷേ... പിന്നെയത് ഹൃദയം കൈമാറുന്നതിലെത്തി.

ഹൃദയം നിയമങ്ങൾ അനുസരിക്കാറില്ല. റൗഡികളായ ജ്യേഷ്ഠന്മാരാണാ ഉത്തരവുകൾ നൽകിയതെങ്കിലും ഹൃദയം അത് അനുസരിക്കുകയില്ല.

അവർ പ്രണയത്തിലായിരുന്നു... പക്ഷേ അവരുടെ ഭാവി അത്ര ശോഭനമായിരുന്നില്ല.

ആദ്യത്തെ പ്രശ്നം അച്ഛന് സ്വന്തക്കാരാരുമില്ലായിരുന്നു എന്നതാണ്. ഒരു സ്ഥിരമായ തൊഴിലുമില്ലായിരുന്നു. പണമില്ലായിരുന്നു. അമ്മയാകട്ടെ കുടുംബത്തിലെ റാണിയായിരുന്നു. അച്ഛൻ ചെന്ന്, ബഹുമാന്യരായ വ്യക്തികളെ കണ്ട്, അവർ ഇടപെടണം എന്നും തനിക്കുവേണ്ടി അപേക്ഷിക്കണം എന്നും ആവശ്യപ്പെട്ടാലും അമ്മയുടെ സഹോദരന്മാർ അവരുടെ രാജകുമാരിയുടെ കൈ അച്ഛനെ ഏല്പിക്കാൻ തയ്യാറാകില്ലായിരുന്നു. അവർ അച്ഛനെ ആക്രമിക്കുമായിരുന്നു. "നായിന്റെ മോനെ, ഈ എയൂപ്പിൽ നിനക്ക് ഇവളെയല്ലാതെ മറ്റൊരു പെണ്ണിനേയും കിട്ടിയില്ലേടാ" എന്ന് ആക്രോശിക്കുമായിരുന്നു. അപ്പോൾ പിന്നെ എന്ത് ചെയ്യണം?

അച്ഛനെ സംബന്ധിച്ചിടത്തോളം ഒരൊറ്റ പോംവഴിയേ ഉണ്ടായിരുന്നുള്ളൂ. അമ്മയോടൊപ്പം അവിടെ നിന്ന് ഒളിച്ചോടുക. അമ്മയ്ക്ക് അത് സമ്മതമല്ലായിരുന്നു. ഒളിച്ചോടിപ്പോയ പെൺകുട്ടി എന്ന് മുദ്രയടിക്കപ്പെടുന്നത് നാണക്കേടാണെന്ന് അമ്മ വിശ്വസിച്ചു. അതിനോടൊപ്പം തന്റെ സഹോദരന്മാരെ ഭയക്കുകയും ചെയ്തു. "നമ്മളെ അവർ വെറുതെ വിടില്ല. ഫിസാൻ (ലിബിയയിലെ മൂന്ന് പുരാതന ജില്ലകളിൽ ഒന്ന്) വരെ നമ്മളോടിപ്പോയാലും അവർ പുറകെയെത്തും." അമ്മ പറഞ്ഞു.

അതുകൊണ്ട് കുറച്ചുകാലം കൂടി അവർ രഹസ്യമായി കണ്ടുകൊണ്ടിരുന്നു.

അങ്ങനെയിരിക്കെ ഒരു ദിവസം ഒരു സിനിമാടാക്കീസിന്റെ ഉടമയുടെ മകനുമായി അമ്മയുടെ വിവാഹം നിശ്ചയിക്കാൻ അമ്മയുടെ സഹോദരന്മാർ തീരുമാനിച്ചു. കണ്ടെത്തപ്പെട്ട വരൻ ഒരു മന്ദബുദ്ധിയായിരുന്നു.

ഹൃദയശൂന്യർ. തന്തയില്ലാത്തവർ.

അവർക്ക് ഒരൊറ്റ ലക്ഷ്യമേ ഉണ്ടായിരുന്നുള്ളൂ. ആ സിനിമാടാക്കീസും അതിരിക്കുന്ന സ്ഥലവും സ്വന്തമാക്കണം. അനുജത്തിയെ വിവാഹം ചെയ്ത് കൊടുത്താൽ അത് എളുപ്പം നടക്കും. അവർ ഈ തീരുമാനമറിയിച്ചപ്പോൾ ബഹളം തുടങ്ങി. അമ്മ കൊച്ചുകുട്ടിയായിരുന്നെങ്കിലും സഹോദരന്മാരുടെ രക്തത്തിന്റെ ഒരംശം അമ്മയിലുമുണ്ടായിരുന്നു. അവരെപ്പോലെ, രോഷാകുലയാകാൻ അമ്മയ്ക്കാകുമായിരുന്നു. അമ്മ തന്റെ സഹോദരന്മാരേക്കാൾ ഉച്ചത്തിൽ അലറി. "ഞാനെന്താ വില്പനയ്ക്ക് വച്ചിരിക്കുന്ന ഒരു തുണ്ട് മാംസമാണെന്ന് കരുതിയോ? ഞാൻ ചത്താലും നടക്കില്ല! വേണ്ടി വന്നാൽ ഞാൻ എന്നെ കൊല്ലും!"

അമ്മ എത്ര ഉച്ചത്തിൽ ബഹളം വച്ചുവോ, എത്ര കരഞ്ഞുവോ, അത്രയും അവരുടെ മർദ്ദനവും വർദ്ധിച്ചു. അമ്മയുടെ ശരീരമാകെ നീലിച്ചു.

ഇതറിഞ്ഞ അച്ഛനും കോപിച്ചു. "മൃഗങ്ങളാണ് നിങ്ങൾ. മോസ്കോഫ് ഗവുരു പോലും മുസ്ലീമുങ്ങളോട് ഇത്രയും ക്രൂരത കാണിച്ചിട്ടില്ല. ഞാൻ പെൽവാൻ സൂലൂമാന്റെ ചെറുമകനാണ്. നിങ്ങളെ ഞാൻ വെറുതെ വിടില്ല." അച്ഛൻ പ്രതികരിച്ചു.

സഹോദരന്മാരുടെ സമ്മർദ്ദവും മർദ്ദനവും അച്ഛനോടൊപ്പം ഒളിച്ചോടുക തന്നെയാണ് നല്ലതെന്ന തീരുമാനത്തിൽ അമ്മയെ എത്തിച്ചു. അവർ ഒരു വള്ളക്കാരനുമായി കരാറുണ്ടാക്കി. വള്ളക്കാരൻ പെൽവാൻ സൂലൂമാന്റെ സുഹൃത്തായിരുന്നു. രാത്രിയിൽ അവരിരുവരും എത്തിച്ചേരേണ്ട സ്ഥലത്തെക്കുറിച്ച് ധാരണയായി.

അമ്മ എങ്ങനെയെങ്കിലും കടൽപാലത്തിനരികിലെത്തും. അച്ഛൻ അവിടെ കാത്ത് നിൽക്കും. അവിടെ നിന്ന് അവർ വള്ളത്തിൽ കയറും.

ഊസ്കൂദാറിലേക്ക് (ഗോൾഡൺ ഹോണിന്റെ ആനറ്റോലിയൻ ഭാഗ ത്തുള്ള ഒരു മുനിസിപ്പാലിറ്റി) യാത്ര തിരിക്കും. ഇതായിരുന്നു പദ്ധതി. ഇനിയെല്ലാം ദൈവത്തിന്റെ കരങ്ങളിലാണ്.

പക്ഷേ... അച്ഛന് മറ്റൊരു പദ്ധതികൂടിയുണ്ടായിരുന്നു. അച്ഛന് പ്രതി കാരം ചെയ്യണമായിരുന്നു. അച്ഛന്റെ ചിന്താഗതി നോക്കണേ! ഒരു പെൺകുട്ടിയുമായി ഒളിച്ചോടാനുള്ള തയ്യാറെടുപ്പിലാണ്, അതേ സമയം അവളെ മർദ്ദിച്ചതിന് അവളുടെ സഹോദരന്മാരെ ഒരു പാഠം പഠിപ്പിക്കു കയും വേണം.

അതൊരു വേനൽക്കാലമായിരുന്നു.

ഓപ്പൺ എയർ സിനിമാ തിയറ്ററിൽ നിറയെ ആളുണ്ടായിരുന്നു.

കടൽകൊള്ളക്കാരുടെ ഒരു കഥയാണപ്പോൾ കളിച്ചുകൊണ്ടിരു ന്നത്. അതോ ഗോൺ വിത്ത് ദ വിൻഡ് എന്ന സിനിമയോ? അതെന്തോ ആകട്ടെ. സ്ക്രീൻ മരം കൊണ്ട് ചട്ടയടിച്ച് അതിൽ കാൻവാസ് വലിച്ചു കെട്ടിയാണുണ്ടാക്കിയിരുന്നത്.

സിനിമയുടെ ഏറ്റവും നിർണ്ണായകമായ സമയത്ത്, കുതിരകൾ ഉച്ച ത്തിൽ ചിനച്ചുകൊണ്ടിരുന്ന സമയത്ത്, തോക്കുകളും പീരങ്കികളും ഗർജ്ജിക്കുകയും ചുറ്റിലും തീ പരക്കുകയും ചെയ്തിരുന്ന സമയത്ത്, എല്ലാവരും ഒന്ന് ശ്വസിക്കാൻ പോലും മറന്ന് സിനിമയിൽ ലയിച്ചിരുന്ന സമയത്ത്, സ്ക്രീനിന് പെട്ടെന്ന് തീ പിടിച്ചു. ശരിയായ തീ.

ബ്ലാക്-ആന്റ് -വൈറ്റ് സിനിമയിൽ പെട്ടെന്ന് വർണ്ണങ്ങൾ നിറഞ്ഞു.

ആദ്യമൊന്നും എന്താണ് സംഭവിക്കുന്നതെന്ന് കാണികൾക്ക് മനസ്സി ലായില്ല. പിന്നെ പുകയുടെ മണമടിച്ചു, തീയിന്റെ ചൂടുവന്നു. അപ്പോൾ അവർ ഈ തീ വാസ്തവത്തിലുള്ളതാണെന്നറിഞ്ഞു.

യുവാക്കളും വൃദ്ധരും കുട്ടികളും എല്ലാം ഒന്നിച്ച് കൊടുംഭീതി യിലായി. അവരെല്ലാം ഒന്നിച്ച് ഉച്ചത്തിൽ നിലവിളിച്ചു. പുറത്ത് കടക്കാൻ തിരക്ക് കൂട്ടി.

അമ്മയുടെ സഹോദരന്മാർ ഏറ്റവും പുറകിൽ അവർക്കായുള്ള അറ യിലിരുന്ന് മദ്യപിക്കുകയായിരുന്നു. അവിടെയിരുന്നാണവർ സിനിമ കാണാറുള്ളതും മദ്യപിക്കാറുള്ളതും. എന്താണ് സംഭവിച്ചുകൊണ്ടിരി ക്കുന്നതെന്നറിയാൻ അവരും കുറച്ച് സമയമെടുത്തു.

അപ്പോഴേക്കും തീ സ്ക്രീൻ വിട്ട് പുറത്തേക്ക് പരക്കാൻ തുടങ്ങി. കസേരകൾ കത്താൻ തുടങ്ങി.

സ്ക്രീനിൽ പെട്രോളൊഴിച്ച് തീ കൊടുത്തതിനു ശേഷം അച്ഛൻ എഞ്ചിൻ മുറിയിലെത്തി. 'എന്താണീ സംഭവിക്കുന്നത്' എന്നലറി അതി നിടെ ഓപ്പറേറ്റർ മുറിവിട്ടോടിയിരുന്നു. അച്ഛൻ ഉച്ചഭാഷിണി കയ്യിലെ ടുത്തു.

ഒരു നീണ്ട പ്രഭാഷണം തന്നെ നൽകി. ആദ്യം ഗുണ്ടകളായ സഹോദരങ്ങൾക്ക്, അതായത് എന്റെ അമ്മയുടെ സഹോദങ്ങൾക്ക്. പിന്നെ ജനങ്ങൾക്ക് മുഴുവൻ. "നിങ്ങളെല്ലാവരും അറിയാൻ. പ്രണയിക്കുന്നവർക്കിടയിൽ കയറി വരരുതെന്ന് ഞാൻ നിങ്ങളെ വിലക്കിയതാണ്. ഇടപെട്ടാൽ അതിന്റെ പ്രത്യാഘാതം സഹിക്കേണ്ടി വരുമെന്നും ഞാൻ പറഞ്ഞതാണ്. നിങ്ങളെ കത്തിക്കും എന്ന് തന്നെയാണ് ഞാൻ പറഞ്ഞത്. ഇതാ അത് ചെയ്തിരിക്കുന്നു. ഇനി നിങ്ങൾ ആ സിനിമാതിയറ്ററും അതിന്റെ ഉടമയേയും മന്ദബുദ്ധിയായ മകനെയും സ്വന്തമാക്കിക്കോളൂ. സുഖമായി ജീവിച്ചോളൂ." അച്ഛനെ വിഷമിപ്പിച്ചിരുന്നതെല്ലാം അച്ഛൻ ഉച്ചത്തിൽ വിളിച്ച് പറഞ്ഞു. എങ്ങനെ രക്ഷപ്പെടണം എന്ന വെപ്രാളത്തിലായിരുന്ന ജനങ്ങൾക്ക് ഇതാരുടെ ശബ്ദമാണെന്നറിയാനും തിടുക്കമുണ്ടായിരുന്നു. "ആരാണിത്? ഇത് സിനിമയുടെ ഭാഗമാണോ അതോ ശരിക്കും ആരെങ്കിലും വിളിച്ച് പറയുകയാണോ?" അവർ അന്വേഷിച്ചുകൊണ്ടിരുന്നു.

തിയറ്റർ കത്തിക്കൊണ്ടിരുന്നപ്പോൾ അച്ഛൻ കടൽപാലത്തിനരികിലേക്കോടി. അമ്മ അപ്പോഴേക്കും അവിടെ എത്തിയിരുന്നു. അച്ഛനെ കാത്തിരിക്കുന്നുണ്ടായിരുന്നു. അവർ വള്ളത്തിൽ കയറി. "ഉസ്കൂദാർ, ഇതാ ഞങ്ങളെത്തി!"

അച്ഛൻ ചെയ്ത പ്രവർത്തി എയൂപ് സുൽത്താനിൽ ചരിത്രമായി. സത്യമായും ചരിത്രം! അങ്ങാടിയിൽ വില്പനയ്ക്ക് വച്ചിരിക്കുന്ന ചരിത്ര പുസ്തകത്തിലെ താളുകളൊന്നിൽ ഇങ്ങനെ രേഖപ്പെടുത്തപ്പെട്ടു.

സിനിമാ ടാക്കീസിനു തീ കൊടുത്ത് മൂനീറേയേയും കൊണ്ട് ഓടിപ്പോയ ബുൽഗര്യാലി അലിയുടെ കഥ.

മൂനീറേ, അതാണെന്റെ അമ്മയുടെ പേര്

അച്ഛൻ ഏതോ സ്വപ്നലോകത്തിലെന്ന പോലെ അമ്മയുടെ പട്ടുപോലെയുള്ള മുടിയിൽ തടവും ആകാശനീലക്കണ്ണുകൾ തടവും. ഒരു മൂളിപ്പാട്ട് പാടും.

"എന്റെ കീലത്തിൽ സ്വർണ്ണനൂലുരുളുന്നു
ഒരു പെൺകുട്ടി പാടുന്നു, ഒരു വധു കരയുന്നു!"

അക്കാലത്തെ പ്രശസ്ത ഗാനങ്ങളിൽ ഒന്നായിരുന്നു ഇത്. സഫിയെ ആയ്ല[1]യാണിത് പാടിയിരിക്കുന്നത്. അമ്മ ഓടിപ്പോയതറിഞ്ഞ അമ്മയുടെ വീട്ടുകാർ കോപിച്ചു. അവർ അമ്മയേയും അച്ഛനേയും തിരക്കിയിറങ്ങി. കണ്ടെത്തിയാൽ അവർ ഇരുവരേയും കൊല്ലുമായിരുന്നു. അതിനാൽ അവർ ഗ്രാമങ്ങൾ തോറും അലഞ്ഞു. വർഷങ്ങളോളം ആ അലച്ചിൽ തുടർന്നു.

അവസാനം എല്ലാം ശാന്തമായി. എതിരാളികൾ എല്ലാം മറന്നു.

1. തുർക്കിയിലെ പ്രസിദ്ധ ഗായിക

അതുകൊണ്ടായിരിക്കണം അച്ഛന് ഒരു തൊഴിലിലും ഉറച്ച് നിൽക്കാനാകാഞ്ഞത്. ഒരേ തൊഴിലിൽ തുടരാനാകാഞ്ഞത്. ഒരു മുള്ളുവേലിയിലിരിക്കുന്നതുപോലെ ദിവസങ്ങൾ കടന്നുപോയി.

എന്റെ കാര്യത്തിലേക്ക് വരാം. ഏറ്റവും വലിയ തമാശ ഞാൻ ജനിച്ചത് തെരുവിലാണെന്നതാണ്. യാത്രകൾക്കിടയിലാണ് ഞാൻ വളർന്നത്. ഏതോ അറിയപ്പെടാത്ത പട്ടണത്തിൽ എന്റെ ജനനം രേഖപ്പെടുത്തിയിട്ടുണ്ടാകും. എന്നാൽ ഞാൻ അവിടത്തുകാരനല്ല.

ഞാനപ്പോൾ ഏത് പ്രദേശത്തുകാരനാണ്?

ഈ ചോദ്യം പലപ്പോഴും ഞാൻ എന്നോട് ചോദിക്കാറുണ്ട്. ഉത്തരം ലഭിക്കാറില്ല.

ഏതെങ്കിലും ഒരു സ്ഥലത്തോട് എനിക്ക് പ്രത്യേകിച്ച് ഒരടുപ്പവും തോന്നിയിട്ടില്ല. എത്ര ഓർത്തെടുക്കാൻ ശ്രമിച്ചാലും എന്റെ മനസ്സിലുള്ളത് വഴികൾ മാത്രമാണ്. പൊടിനിറഞ്ഞ വഴികൾ. അതിന്റെ വളവുകൾ. പഴകിദ്രവിച്ച കോച്ചുകൾ, ട്രക്കിന്റെ കാബിനുകൾ, റെയിൽവേ പാതകൾ, റെയിൽവേയുടെ കമ്പാർട്ട്മെന്റുകൾ, കരിയും പുകയും പൊടിയും അഴുക്കും.

ആ വാഗൺ വീട്ടിൽ താമസമാക്കുമ്പോൾ എനിക്കെത്ര വയസ്സുകാണും? അഞ്ച്? ഒരുപക്ഷേ അതിലും ഇത്തിരി കൂടുതലുമുണ്ടായേക്കാം. അക്കാലത്ത് അച്ഛൻ പട്ടണത്തിലെ ഒരു സെക്കണ്ടറി സ്കൂളിലെ സെക്രട്ടറിയായിരുന്നു. ഒരു വലിയ പറമ്പിനു നടുക്കായിരുന്നു സ്കൂൾ കെട്ടിടം. അതിന്റെ മുന്നിൽ പ്രായമേറെയായ ചില അക്കേഷ്യ മരങ്ങളും ഏതാനും പോപ്ലാർ മരങ്ങളുമുണ്ടായിരുന്നു. പുറകിൽ മരങ്ങളൊന്നുമില്ലാതെ വിശാലമായ മൈതാനം പോലെയായിരുന്നു. ഇവിടെയാണ് ഇടവേളകളിൽ കുട്ടികൾ കളിച്ചിരുന്നത്. ചളി നിറയാതിരിക്കാൻ അവിടെ ചരൽക്കല്ലുകൾ വിതറിയിരുന്നു. ചളിയിൽ കളിച്ച് മണ്ണുപുതഞ്ഞ ഷൂസുമായി വന്ന് കുട്ടികൾ ക്ലാസ് മുറികൾ അഴുക്കാക്കാതിരിക്കാനുള്ള മുൻകരുതലായിരുന്നു അത്. വർഷങ്ങളായി കുട്ടികൾ ചവുട്ടി മെതിച്ചതിനാലാകണം ആ സ്ഥലം കോൺക്രീറ്റിട്ടതുപോലെ ഉറപ്പുള്ളതായിട്ടുണ്ടായിരുന്നു.

എന്നാൽ സ്കൂളിന്റെ മുൻവശത്തെ തോട്ടത്തിന് മറ്റൊരു കഥയാണ് പറയാനുള്ളത്. അദ്ധ്യാപകർക്കും അദ്ധ്യാപകേതര ഉദ്യോഗസ്ഥർക്കും സ്കൂളിലേക്കുള്ള പ്രവേശനം അതിലെയാണ്. കുട്ടികൾക്ക് പുറകുവശത്തുകൂടിയും. മുൻവശത്തെ പൂന്തോട്ടത്തിൽ ആരെങ്കിലും ശ്രദ്ധിച്ചിട്ട് വർഷങ്ങളായിട്ടുണ്ടാകും. അതിൽ നിറയെ പുല്ലും മുൾച്ചെടികളും വളർന്നിട്ടുണ്ടായിരുന്നു. ഓഫീസിലിരുന്ന് "ഈ പൂന്തോട്ടമൊന്ന് വൃത്തിയാക്കിയെടുക്കുകയും അവിടെ ചില മരങ്ങളും പച്ചക്കറികളുമെല്ലാം നടുകയും ചെയ്താൽ എത്ര നന്നായിരിക്കും" എന്ന് അച്ഛൻ പലപ്പോഴും ആഗ്രഹിച്ചിരുന്നു. വലിയ തോട്ടമുള്ള ഒരു വീട്ടിലാണ് അച്ഛൻ വളർന്നത്

എന്നതിനാലാകാം ഇങ്ങനെ ഒരു ചിന്ത. അതുകൊണ്ടുതന്നെ എങ്ങനെ തോട്ടമുണ്ടാക്കണം എന്ന് അച്ഛനറിയാമായിരുന്നു. ആ ജോലി ഇഷ്ടവുമായിരുന്നു. അച്ഛൻ ഇതിനെക്കുറിച്ച് പ്രധാന അദ്ധ്യാപകനോട് സംസാരിച്ചു. പ്രധാന അദ്ധ്യാപകൻ അതിനു ചെവികൊടുക്കാൻ തയ്യാറായില്ല. "ജോലി കഴിഞ്ഞുള്ള സമയത്ത് എന്ത് വേണമെങ്കിലും ചെയ്തോളൂ" എന്നായിരുന്നു മറുപടി.

ആ വർഷം, മഞ്ഞുകാലം കഴിഞ്ഞപ്പോൾ, മണ്ണ് മൃദുവും പതുപതുത്തതുമായപ്പോൾ, അച്ഛനും സ്കൂളിലെ മറ്റ് ചില ജീവനക്കാരും കൂടി ജോലി തുടങ്ങി. ആ തോട്ടമെല്ലാം കിളച്ചുമറിച്ച്, മണ്ണ് തയ്യാറാക്കി. പഴങ്ങൾ നൽകുന്ന ചില മരങ്ങൾ നട്ടു. ബദാം, ചെറി, മൾബറി എന്നിങ്ങനെ ചിലത്. പിന്നെ തോട്ടത്തിനു നടുക്ക് ഒരു ചെറുകുളം കുഴിച്ചുണ്ടാക്കി. മുന്തിരിവള്ളികൾക്ക് പടരാൻ പന്തലിട്ടു.

പ്രധാന അദ്ധ്യാപകൻ ഈ കാഴ്ച കാണാൻ ഇടയ്ക്കാക്കെ എത്തിനോക്കി. അവജ്ഞയോടെ ഒരു നോട്ടമെറിഞ്ഞു. പക്ഷേ, ദൈവത്തിനു സ്തുതി, അയാൾ ഒരിക്കലും നിരുത്സാഹപ്പെടുത്തിയില്ല. അതെളുപ്പം നടക്കട്ടെ എന്നു പോലും പറഞ്ഞില്ല! ഈ ലോകത്തിൽ ഇങ്ങനേയും ചിലരുണ്ട് എന്ന് വിശ്വസിക്കുക പ്രയാസമാണ്. അവരുടെ ബാഹ്യരൂപം മനുഷ്യരുടേതാണ് എന്നാൽ അകത്ത് മരമാണ്.

അതെന്തോ ആകട്ടെ.....

വസന്തം വന്നപ്പോൾ മരങ്ങളിൽ മുകുളങ്ങൾ നിറഞ്ഞു. ഇലകൾ വിടർന്നു. ചെടികളിൽ പൂക്കൾ വിരിഞ്ഞു. അവർ കുളക്കരയിൽ രണ്ട് കസേരകളിട്ടു. മുന്തിരിപ്പന്തലിനടിയിൽ കസേരയിട്ടു. ആ കസേരയിൽ ആദ്യം വന്നിരുന്നത് പ്രധാനാദ്ധ്യാപകൻ തന്നെയായിരുന്നു.

കാലമായപ്പോൾ തക്കാളികൾ പഴുത്ത് ചുവന്നു. വെള്ളരികൾക്ക് നീളം വച്ചു സ്വർണ്ണവർണ്ണമായി. വഴുതിന തൂങ്ങിയാടി. പ്രധാനാദ്ധ്യാപകന്റെ ഉത്സാഹം വർദ്ധിച്ചു. കുളക്കരയിൽ ബാർബിക്യു പാർട്ടികൾക്കായി അദ്ദേഹം പട്ടണത്തിലെ ചില പ്രധാന ഉദ്യോഗസ്ഥരെ ക്ഷണിക്കാനാരംഭിച്ചു. എന്നിട്ട് "എത്ര സുന്ദരമാണെന്റെ വേല എന്ന് നോക്കൂ" എന്ന് വമ്പുപറഞ്ഞു.

അദ്ദേഹം എന്ത് തിന്നു, എന്തൊക്കെ വമ്പുപറഞ്ഞു എന്നതിൽ ആർക്കും ഒരു എതിർപ്പുമുണ്ടായിരുന്നില്ല. പക്ഷേ....

ഇത്രയും കഠിനാദ്ധ്വാനം ചെയ്ത അച്ഛനേയോ മറ്റ് സുഹൃത്തുക്കളേയോ ഒരിക്കലെങ്കിലും ആ പാർട്ടികൾക്ക് ക്ഷണിക്കേണ്ടതല്ലേ? അവരല്ലേ വിയർപ്പൊഴുക്കിയത്? ഈ തോട്ടം നട്ടുനനച്ച് വലുതാക്കിയത്? "വരൂ നിങ്ങളും കഴിക്കൂ" എന്നൊന്ന് പറയേണ്ടതല്ലേ?

ഇല്ല! അങ്ങനെ ഒരുവാക്കുപോലും വന്നില്ല!

അങ്ങനെ ചെയ്താൽ മിണ്ടാതിരിക്കുന്ന വ്യക്തിയല്ല എന്റെ അച്ഛൻ എന്ന് നിങ്ങൾക്കറിയാമല്ലോ.

ഒരു ദിവസം എല്ലാവരുമിരിക്കുമ്പോൾ അച്ഛൻ സംസാരിക്കാനാരംഭിച്ചു. "ഇതിന്റെ അർത്ഥമെന്താണ്? ഈ തോട്ടം നട്ടുനനച്ച് ഇത്രയാക്കിയത് ഞങ്ങളാണെങ്കിൽ, ഇതിലുള്ളത് ഞങ്ങളുടെ വിയർപ്പാണെങ്കിൽ, ഇതിലെ വിള എല്ലാവരും ഒരുപോലെ പങ്കുവച്ചെടുക്കേണ്ടതല്ലേ?"

അസംബന്ധം! പ്രധാനാദ്ധ്യാപകൻ ഞെട്ടി. അയാളെ ആരും ഇതുപോലെ ഇതിനു മുമ്പ് എതിർത്തിട്ടില്ല. എന്നാൽ അയാൾ സംയമനം പാലിച്ചു. അച്ഛനെ രൂക്ഷമായൊന്ന് നോക്കി.

അച്ഛൻ ഈ കഥ എന്നോട് പലതവണ ആവർത്തിച്ചിട്ടുണ്ട്. അത് പറയുമ്പോൾ അച്ഛന് സന്തോഷമടക്കുവാനാകില്ല. അച്ഛൻ ഈ കഥ ഇത്രയും പറഞ്ഞ് ഇക്കിളിപ്പെട്ടതുപോലെ ചിരിക്കും, കയ്യടിക്കും. "ആദ്യമൊക്കെ അയാൾക്ക് വാക്കുകളേ ലഭിച്ചില്ല. പിന്നെ ഒരു വിധത്തിൽ അയാൾ സംയമനം പാലിച്ചു."

അവസാനം പ്രധാനാദ്ധ്യാപകന് സംസാരിക്കാനുള്ള സംയമനമായി. എന്നിട്ട് ഭീഷണിപ്പെടുത്തുന്ന സ്വരത്തിൽ പറഞ്ഞു തുടങ്ങി.

"തുല്യപങ്കോ? എന്താണതുകൊണ്ട് ഉദ്ദേശിച്ചത്? താങ്കളെന്താ സോഷ്യലിസ്റ്റാണോ?"

അത് കേമമായി! അച്ഛൻ ബൾഗേറിയയിൽ നിന്നുള്ള കുടിയേറ്റക്കാരൻ മാത്രമാണെന്ന് അധിക്ഷേപിക്കുകയായിരുന്നു അയാളുടെ ശ്രമം. അത് ആദ്യത്തെ കാര്യം. അക്കാലങ്ങൾ ആരെയെങ്കിലും "സോഷ്യലിസ്റ്റ്" എന്ന് വിളിക്കുന്നത് ഒരു വലിയ അധിക്ഷേപമായാണ് കണക്കാക്കിയിരുന്നത്. തന്തയ്ക്ക് വിളിക്കുന്നതുപോലെ, തള്ളയ്ക്ക് വിളിക്കുന്നതുപൊലെ, അതിനു സമാനമായ ഒരു അധിക്ഷേപം. മാത്രമല്ല, പ്രധാന അദ്ധ്യാപകൻ ഔദ്യോഗിക നിലയിൽ ഒരു പരാതി നൽകിയാൽ, ആ വ്യക്തിയെ ഉടൻ നാടുകടത്തും. അച്ഛന് സോഷ്യലിസത്തെക്കുറിച്ച് ഒന്നുമറിയില്ലായിരുന്നു. എങ്കിലും ആ ആവേശത്തിൽ, ശാന്തമായി, ഇങ്ങനെ വിളിച്ചു പറഞ്ഞു. "അതെ, ഞാൻ സോഷ്യലിസ്റ്റാണ്, എന്താ എന്തെങ്കിലും എതിർപ്പുണ്ടോ?"

കാര്യങ്ങൾ ഇത്രത്തോളമായപ്പോൾ, അതുവരേക്കും അച്ഛനെ പിന്തുണച്ചിരുന്ന, മറ്റ് അദ്ധ്യാപകേതര ഉദ്യോഗസ്ഥരും വേലക്കാരും രഹസ്യമായി രംഗമൊഴിഞ്ഞു. യുദ്ധരംഗത്ത് അച്ഛനും പ്രധാന അദ്ധ്യാപകനും മാത്രമായി.

അച്ഛൻ മെലിഞ്ഞ ശരീരമുള്ളവനായിരുന്നു. എന്നാൽ ആ മെലിഞ്ഞ ശരീരത്തിനും നല്ല ആരോഗ്യമുണ്ടായിരുന്നു. നല്ല ഉയരമുള്ള വ്യക്തിയുമായിരുന്നു അച്ഛൻ. അച്ഛനെ ആകപ്പാടെ ഒന്നുഴിഞ്ഞ് നോക്കിയ പ്രധാനാദ്ധ്യാപകൻ ഇയാളുമായി കൊമ്പുകോർക്കുന്നത് നല്ലതിനാകില്ല എന്ന തീരുമാനത്തിലെത്തി. നിശ്ശബ്ദനായി കളമൊഴിഞ്ഞു. അവിടെ നിന്ന് അപ്പോൾ പോയെങ്കിലും ഒരാഴ്ചയ്ക്കുള്ളിൽ അച്ഛനെ അയാൾ പിരിച്ച് വിട്ടു. ആ സംഭവത്തിനു ശേഷം അച്ഛനെ പലരും "സോഷ്യലിസ്റ്റ് അലിബെ എന്ന് കളിയാക്കാനാരംഭിച്ചിരുന്നു.

അച്ഛൻ എപ്പോഴും വൃത്തിയായി വസ്ത്രം ധരിക്കുമായിരുന്നു. സ്യൂട്ടും ടൈയും ധരിക്കും. മുഖം ക്ഷൗരം ചെയ്ത് വൃത്തിയായിരിക്കും. എന്നും പോളിഷ് ചെയ്ത് മാത്രമേ ഷൂസ് ധരിക്കുകയുള്ളു. വൃത്തിയായി അലക്കി ത്തേച്ച ട്രൗസറേ ധരിക്കുകയുള്ളു. തന്റെ സൺ-ഗ്ലാസ് കൂടി ധരിച്ചാൽ പിന്നെ ഹെഡ്മാസ്റ്ററോ കയ്മാകമോ[1] എത്ര പ്രൗഢിയോടെ ഇരിക്കുന്നുവോ അത്രയും പ്രൗഢി അച്ഛനുമുണ്ടാകും. അച്ഛൻ സുന്ദരനായിരുന്നിരിക്കണം എന്ന് എനിക്ക് ഉറപ്പുണ്ട്. അല്ലെങ്കിൽ എന്റെ അമ്മയുടെ ഹൃദയം കവരാനാകില്ലായിരുന്നുവല്ലോ!

അങ്ങനെയുള്ള ഒരു വ്യക്തി പെട്ടെന്ന് അടിയറവ് പറയില്ല. അന്ന് രാത്രി അച്ഛൻ ഒരു വണ്ടിയുമായി സ്കൂളിലെത്തി. ആ തോട്ടത്തിൽ വിളഞ്ഞ് നിന്നതെല്ലാം പറിച്ചെടുത്ത് വണ്ടിയിൽ നിറച്ചു. ആ തോട്ടം പൂർണ്ണമായും നശിപ്പിച്ചു. ഒരൊറ്റ തൈ പോലും അവശേഷിപ്പിച്ചില്ല.

"ഞാൻ ആ വൃക്ഷത്തൈകളേയും നശിപ്പിക്കാനൊരുങ്ങിയതാണ്. എന്നാൽ മനസ്സനുവദിച്ചില്ല. മാത്രമല്ല ആ മുരടൻ എന്നും ആ സ്കൂളിലുണ്ടാകില്ലല്ലോ. അയാൾക്ക് ഒരു ദിവസം ഇവിടെ നിന്ന് മാറേണ്ടി വരും. അയാളേക്കാൾ മനുഷ്യത്വമുള്ള ആരെങ്കിലും ഇവിടെ വരും. അയാൾ ഞങ്ങൾ നട്ട മരങ്ങളിൽ പഴങ്ങൾ തിന്നാൻ മനുഷ്യരേയും മൃഗങ്ങളേയും ഒരുപോലെ അനുവദിക്കും."

അച്ഛൻ പറഞ്ഞത് അതേപോലെ ആവർത്തിക്കുക മാത്രമാണ് ഞാൻ ചെയ്യുന്നതെന്ന് നിങ്ങൾ ഓർക്കണേ. ഇടയ്ക്ക് കയറി ഞാൻ "അന്നപ്പോൾ അവിടെ കാവൽക്കാരൊന്നുമുണ്ടായിരുന്നില്ലേ, മറ്റ് വേലക്കാരൊന്നുമുണ്ടായിരുന്നില്ലേ" എന്ന് ചോദിച്ചാൽ "ആ രാത്രിയിലെ കാവൽക്കാരും മറ്റ് വേലക്കാരും സോഷ്യലിസ്റ്റുകളോടൊപ്പമായിരുന്നു" എന്നായിരിക്കും അച്ഛന്റെ മറുപടി.

അങ്ങനെ അവർ ആ പട്ടണവും വിട്ടു. അമ്മ അപ്പോൾ ഗർഭിണിയായിരുന്നു. പോകാനൊരു ഇടമില്ലായിരുന്നു. അവർ കൈയിലുള്ളതെല്ലാം കെട്ടിപ്പെറുക്കി ഒരു തീവണ്ടിയിൽ കയറിപ്പറ്റി. എവിടേക്ക് പോകണം എന്നുപോലും അപ്പോൾ അവർക്കറിയില്ലായിരുന്നു.

അവിശ്വസനീയം, അല്ലേ!

അച്ഛന്റെ പ്രകൃതം എല്ലാവരുമായി ഇണങ്ങുന്നതായിരുന്നു. മധുരമായി സംസാരിക്കും. തമാശ പറയും. അദ്ദേഹം തീവണ്ടിയിലെ മുഖ്യ പരിശോധകനുമായി പരിചയത്തിലായി. ഗംഭീരമായി വസ്ത്രധാരണം ചെയ്തിരിക്കുന്ന ഈ സുന്ദരന്റെ വാക്കുകൾ അയാൾ കേട്ടു. നല്ല ബഹുമാനത്തോടെ മധുരമായി അച്ഛൻ സംസാരിക്കുന്നുണ്ടായിരുന്നു. അവരൊന്നിച്ച് മദ്യപിക്കുകയും സംസാരിക്കുകയും ചെയ്തുകൊണ്ടിരുന്നു.

---

1. കായ്മാകം: ഒരു പ്രവിശ്യാ ഗവർണറെ അഭിസംബോധന ചെയ്യുന്ന പദം.

മുസ്തഫ കുത്ലു

റെയിൽവേയിലെ മിക്ക ഉദ്യോഗസ്ഥരും മദ്യപിക്കും. അല്ലെങ്കിൽ ഇങ്ങനെ നീളത്തിൽ കിടക്കുന്ന പാതകൾക്കൊരു അന്ത്യമുണ്ടാകില്ല. ഞാനപ്പോൾ അമ്മയുടെ മടിയിൽ കിടന്നുറങ്ങുകയായിരുന്നു. തീവണ്ടി അവരെ എവിടേക്കെന്നറിയാതെ, അജ്ഞാതമായ ഒരു ഭാവിയിലേക്ക് കൊണ്ടുപോകുമ്പോൾ അമ്മ താടിക്ക് കൈ കൊടുത്ത് "ഇനി എവിടേക്കാകും? നായാടികളെപ്പോലെ ഇങ്ങനെ എത്ര കാലം ജീവിക്കും" എന്ന് ആലോചിക്കുകയായിരുന്നു.

അതേ സമയം അച്ഛനാകട്ടെ തനിക്കവതരിപ്പിക്കാനുള്ള വിഷയം മുഖ്യ പരിശോധകനു മുന്നിൽ അവതരിപ്പിക്കാനുള്ള സന്ദർഭം നോക്കിയിരിക്കുകയായിരുന്നു. "ഞങ്ങൾ പട്ടണത്തിലേക്കാണ് എന്ന് പറഞ്ഞുവെങ്കിലും അവിടെ ഞങ്ങൾക്ക് പരിചയമുള്ളവർ ആരുമില്ല. താങ്കൾക്ക് ആരെയെങ്കിലും പരിചയമുണ്ടോ...?" അച്ഛൻ ആ വാചകം അവസാനിപ്പിക്കുന്നതിനു മുമ്പ് പരിശോധകൻ ഇടപെട്ടു. "ഒന്നും പേടിക്കേണ്ട! അവിടത്തെ സ്റ്റേഷൻ മാസ്റ്റർ എന്റെ അടുത്ത സുഹൃത്താണ്. അവർ നിങ്ങളെ സഹായിക്കും. നിങ്ങൾക്കാവശ്യമുള്ളതെല്ലാം ചെയ്ത് തരും."

ഈ സംഭാഷണം തീവണ്ടിയിലെ ഭക്ഷണശാലയിൽ വച്ചാണ് നടന്നത്. ബന്ധപ്പെടേണ്ട വ്യക്തിയുടെ പേരുവിവരങ്ങൾ ലഭിച്ചപ്പോൾ അച്ഛൻ അവിടെ നിന്നിറങ്ങി. "ഭാര്യയോടൊന്ന് പറയണം" എന്ന് പറഞ്ഞിറങ്ങി. അവർ ഇരുന്നിരുന്ന കമ്പാർട്ട്മെന്റിൽ എത്തി. അമ്മയോട് ഈ ശുഭവാർത്ത പറഞ്ഞു. "മുനീറേ, ഉണര്. നമ്മൾ അടുത്ത സ്റ്റേഷനിൽ ഇറങ്ങുന്നു!" അതൊരു നല്ല വാർത്ത തന്നെയല്ലേ! അമ്മയ്ക്ക് ഒരക്ഷരം മറുപടി പറയാൻ അവസരം ലഭിച്ചില്ല. അതിനു മുമ്പേ അവർ സാമാനങ്ങൾ ഒതുക്കിവയ്ക്കാനാരംഭിച്ചിരുന്നു.

രാത്രി ഏറെ വൈകിയിരുന്നു. ഒരു ചെറിയ ജില്ലയുടെ ഏറ്റവും അറ്റത്തുള്ള സ്റ്റേഷനിൽ ഞങ്ങൾ ഇറങ്ങി. അതിനരികിലൂടെ ചളിവെള്ളം പോകുന്ന ഒരു നദിയുണ്ടായിരുന്നു. മുഖ്യപരിശോധകൻ സ്റ്റേഷൻ മാസ്റ്ററെ നീക്കി നിർത്തി കുറച്ച് നേരം എന്തോ സംസാരിച്ചു. ആ സ്റ്റേഷൻ മാസ്റ്ററുടെ പേരെന്തായിരുന്നു? റെസ്മിയെന്നൊ റിസയെന്നോ എന്തോ ആയിരുന്നു. ഇപ്പോൾ ഓർത്തെടുക്കാനാകുന്നില്ല. മുഖത്ത് വലിയ പുഞ്ചിരിയുമായി അദ്ദേഹം ഞങ്ങളെ സ്വീകരിച്ചു.

"വരൂ വരൂ, സ്വാഗതം. നിങ്ങളുടെ അവസ്ഥയോർത്ത് വിഷമിക്കണ്ട. നിങ്ങളെ ഞങ്ങൾ അങ്ങനെ തെരുവിലിറക്കി വിടില്ല!" ഞാൻ അമ്മയുടെ വിരലിൽ തൂങ്ങി നില്പായിരുന്നു. പാതിയുറക്കത്തിലായിരുന്നു. തീവണ്ടി ഞങ്ങളെ അവിടെ ഇറക്കി വിട്ടിട്ട് എങ്ങോട്ടോ പോയിക്കഴിഞ്ഞിരുന്നു.

ഞങ്ങളുടെ പക്കൽ സാമാനങ്ങൾ അധികമൊന്നും ഉണ്ടായിരുന്നില്ല. ഒരു പഴയ പുതപ്പിൽ പൊതിഞ്ഞുകെട്ടിയ മെത്തയാണതിൽ മുഖ്യം. അതിന്റെ മുകളിൽ ഇരിക്കുകയായിരുന്നു അപ്പോൾ അമ്മ. അച്ഛൻ പ്ലാറ്റ്ഫോമിലെ ഇരുണ്ട വെളിച്ചത്തിൽ അങ്ങോട്ടുമിങ്ങോട്ടും ഉലാത്തി. അതിനിടയിൽ പുകവലിക്കുന്നുമുണ്ടായിരുന്നു.

ദൂരെനിന്ന് പട്ടികളുടെ കുരയും നദിയുടെ ഇരമ്പവും കേൾക്കാനുണ്ടായിരുന്നു.

ഈ സ്ഥലം ഏതാണ്?

അതിനൊരു പ്രാധാന്യവുമില്ല.

ഇപ്പോൾ വേണ്ടത് കിടന്നുറങ്ങാൻ ഒരു മേൽക്കൂരയുണ്ടാക്കുക എന്നതാണ്.

അന്ന് രാത്രി ഞങ്ങൾ സ്റ്റേഷൻ മാസ്റ്ററുടെ വീട്ടിൽ താമസിച്ചു.

അയാൾ ഒറ്റയ്ക്കായിരുന്നു. വിഭാര്യനായിരുന്നു. ദുഃഖഭരിതമായ ഒരു കഥയിലെ നായകനാണദ്ദേഹം. അക്കഥയിലേക്ക് പിന്നെ വരാം.

"പുറകിൽ ഉപയോഗമില്ലാതെ കിടക്കുന്ന ഒരു വാഗണുണ്ട്. ഒരു സ്ഥായിയായ പോംവഴി കണ്ടെത്തുംവരേക്കും തത്കാലം നിങ്ങൾക്ക് അതിൽ താമസിക്കാം" എന്ന് പിറ്റേന്ന് കാലത്ത് അദ്ദേഹം നിർദ്ദേശിച്ചു.

അതൊരു കൊച്ചുസ്റ്റേഷനായിരുന്നു. ചെറിയ കെട്ടിടം. അതിന്റെ ഒന്നാം നിലയിലായിരുന്നു സ്റ്റേഷൻ മാസ്റ്ററുടെ ഫ്ളാറ്റ്. സ്റ്റേഷന്റെ ഒരരികിൽ റെയിൽവെയിലെ സ്വിച്ച്മാൻ താമസിച്ചു. അതുകൂടാതെ അവിടെയുണ്ടായിരുന്നത് റെയിൽവെ തൊഴിലാളികൾക്കായി നിർമ്മിച്ച ഒരു താത്കാലിക ടെന്റ് മാത്രമായിരുന്നു. വെള്ളത്തിന്റെ ഒരു ടാങ്കുണ്ട്. ജീവന്റെ അവസാനകാലങ്ങളിലേക്കെത്തിയ ചില അക്കേഷ്യ മരങ്ങളുണ്ട്. അതിനരികു ചേർന്ന് ഏതാനും വില്ലോ മരങ്ങളും. അല്ലാതെ സ്റ്റേഷന്റെ പരിസരത്ത് ഒന്നുമില്ല. ഇത്തിരി മാറി പതഞ്ഞൊഴുകുന്ന നദി. നദിക്കപ്പുറം ജില്ലാ ആസ്ഥാനമാണ്. അവിടേക്കെത്താൻ നദിക്ക് കുറുകെ ഒരു മരപ്പാലമുണ്ട്. ഞങ്ങൾക്ക് ചുറ്റിലും ചാരനിറമുള്ള മൊട്ടക്കുന്നുകളുണ്ട്.

സോഷ്യലിസ്റ്റ് എന്ന് മുദ്രകുത്തിയിരുന്നതിനാൽ, ആ അപരനാമവും അച്ഛനെക്കുറിച്ചുള്ള അത്തരം ചർച്ചകളും അച്ഛനെത്തുന്നതിനു മുമ്പ് തന്നെ എല്ലായിടത്തും എത്തുമായിരുന്നു.

അക്കാലത്ത്, രാജ്യത്തിന്റെ ഏതോ മൂലയിൽ പോലും ഇങ്ങനെയൊരു വിവരം എത്തിച്ചേരുക എന്നത് ഒരു വലിയ സംഭവമായിരുന്നിരിക്കണം. സ്റ്റേഷൻ മാസ്റ്റർ അച്ഛന് ഒരു വീടും ജോലിയും തരപ്പെടുത്താനാകുമോ എന്ന് ജില്ലാ ഗവർണറോട് ചോദിച്ചു. ചോദ്യം കേട്ട് ഗവർണർ കോപിച്ചു. "റെംസി ബെ, അത്തരം കാര്യങ്ങൾ ചർച്ച ചെയ്യരുത്. അയാളുമായി സമ്പർക്കമരുത്. അയാൾ ഒരു കമ്മ്യൂണിസ്റ്റാണെന്നറിയില്ലേ? ഇതൊരു ചെറിയ പട്ടണമാണെന്നോർക്കണം." ഇത് കേട്ടപ്പോൾ കൂടുതൽ ചർച്ചകൾക്കും അന്വേഷണങ്ങൾക്കും സ്റ്റേഷൻ മാസ്റ്റർ വിരാമമിട്ടു.

അച്ഛൻ കമ്മ്യൂണിസം എന്ന മഹാരോഗത്തിനടിമയാണെന്ന് അദ്ദേഹത്തിനെങ്ങനെ അറിയാം!

എന്ത് ചെയ്യണമെന്നറിയാതെ അദ്ദേഹം അച്ഛനരികിലെത്തി. അച്ഛൻ അങ്ങാടിയിൽ ഒരു കാപ്പിക്കടയിലിരിക്കുകയായിരുന്നു.[16] "അലി ബെ, ദൗർഭാഗ്യമെന്ന് പറയട്ടെ, ജോലിയോ താമസസ്ഥലമോ ശരിയായില്ല...." അച്ഛൻ പുഞ്ചിരിച്ചു. സ്റ്റേഷൻ മാസ്റ്റർ തുടരുന്നതിനു മുമ്പ് പറഞ്ഞു. "സാരമില്ല, ഞാനൊരു ജോലി ശരിയാക്കിയിട്ടുണ്ട്. പക്ഷേ താമസം ആ വാഗണിൽ തുടരേണ്ടിവരും."

സ്റ്റേഷൻ മാസ്റ്റർ ഗവർണറെ കാണാൻ പോയ ഇടവേളയിൽ അച്ഛൻ അങ്ങാടിയിലെ കടകളിലെല്ലാം കയറിയിറങ്ങിയിരുന്നു. ഒരു ഗുമസ്തന്റെ ജോലി സമ്പാദിച്ചിരുന്നു. ധാന്യങ്ങൾ വിൽക്കുന്ന ഒരു കടയിൽ ഗുമസ്തനും കണക്കെഴുത്തുകാരനുമായി.

സ്റ്റേഷൻ മാസ്റ്ററുടെ നാവിറങ്ങിപ്പോയി. "അദ്ഭുതം തോന്നുന്നു അലി ബെ. ഒരു കാപ്പി കുടിക്കാനുള്ളത്ര സമയം പോലും ഞാൻ ഗവർണറുടെ ഓഫീസിൽ ചിലവിട്ടിട്ടില്ല. അതിനിടയിൽ, ഇത്ര പെട്ടെന്ന് എങ്ങനെ ഒരു ജോലി ശരിയാക്കി?" അയാൾ ചോദിച്ചു.

അച്ഛൻ പുഞ്ചിരിച്ചു. മുകളിലേക്ക് വിരൽ ചൂണ്ടി.

"എനിക്കും അറിയില്ല സർ. അശരണരുടെ സംരക്ഷണത്തിനെന്നും ദൈവമുണ്ടാകും."

"അങ്ങനെയെങ്കിൽ താങ്കൾക്ക് ആവശ്യമുള്ളത്ര കാലം ആ വാഗണിൽ താമസിച്ചോളൂ" എന്നായിരുന്നു സ്റ്റേഷൻ മാസ്റ്ററുടെ ഉത്തരം.

ഇത് കേട്ടപാടെ അച്ഛനും അമ്മയും കൂടി ആ വാഗണിനെ ഒരു വീടാക്കാനുള്ള പ്രയത്നമാരംഭിച്ചു. റെയിൽവേയിലെ തൊഴിലാളികളും സഹായിച്ചു. "സഹായാവശ്യമുള്ളവരെ സഹായിക്കുക എന്നത് ഒരു പുണ്യകർമ്മമാണ്" എന്നായിരുന്നു അവരതിനു കണ്ട ന്യായം. അവർ മണ്ണു കുഴച്ച് വാഗണിനകത്ത് തേച്ച് പിടിപ്പിച്ചു. വാഗണിന്റെ പൊട്ടലുകളും വിള്ളലുകളും അടച്ചു. മണ്ണുണങ്ങിയപ്പോൾ വെള്ളപൂശി. അവസാനം അത് യക്ഷിക്കഥകളിൽ നിന്നിറങ്ങിവന്ന ഒരു കുടിൽ പോലെയായി.

പക്ഷേ എന്റെ കഥയിൽ ഈ വാഗൺ വാഗണായി തന്നെ നിന്നു. എന്റെ ഓർമ്മയിൽ ആദ്യം വരുന്ന ചിത്രം, അതിനകത്തെ അടുപ്പിൽ നിന്നും പുറത്തേക്ക് നീട്ടിയ പുകക്കുഴലിലൂടെ പുക പുറത്തേക്ക് തള്ളി വരുന്നതാണ്. വാഗണിന്റെ മേൽക്കൂരയ്ക്കും മുകളിലേക്ക് ഈ പുകക്കുഴലെത്തിയിട്ടുണ്ട്.

എല്ലാവരും സഹായിക്കുമ്പോഴും മദ്യപനായ ആ സ്വിച്ച്മാൻ മാത്രം സഹകരിച്ചില്ല. അയാൾ കാഴ്ച കണ്ടിരുന്നു. പുകവലിച്ച് ഇരുന്നു. ഒരു ദുശ്ശകുനം പോലെ തോന്നിച്ചു അയാളുടെ ഇരിപ്പ്. അയാളെ കാണുന്നതേ എനിക്ക് ഭയമായിരുന്നു.

പക്ഷേ അയാളുടെ ഭാര്യയും മകളും അയാളെപ്പോലെയായിരുന്നില്ല. ഞങ്ങളെ കണ്ടപ്പോൾ മുതൽ അവർ എല്ലാ സഹായങ്ങളുമായി ഞങ്ങളോടൊപ്പമുണ്ടായിരുന്നു. അവരുടെ മുഖത്ത് സന്തോഷമുണ്ടായിരുന്നു.

എങ്ങനെയൊക്കെ ആതിഥ്യ മര്യാദകളിൽ മുഴുകാമോ അതൊക്കെ അവർ ചെയ്തിരുന്നു. ആ സ്ത്രീ അത്താഴമുണ്ടാക്കി തരാം എന്ന് പറഞ്ഞു. കുറച്ച് സൂപ്പുണ്ടാക്കി. ബൾഗർ പുലാവുണ്ടാക്കി. ആര്യനുണ്ടാക്കി. അതിനോടൊപ്പം സോഗൻ-എക്മെക്കും[1] ഉണ്ടാക്കി. എന്റേതൊരു യക്ഷിക്കഥയാണെങ്കിൽ കൂടി ഈ ഭാഗം എനിക്ക് നല്ല ഓർമ്മയുണ്ട്. മരത്തിന്റെ ഒരു സ്പൂൺ ഉപയോഗിച്ച് ഞാൻ ആര്യൻ കോരിക്കുടിച്ചു. കുടിച്ചതിനേക്കാൾ അധികം മേലാകെ തുളുമ്പിപ്പോയി. അത് എല്ലാവരേയും ചിരിപ്പിച്ചു.

അന്നെനിക്ക് എന്ത് പ്രായമുണ്ടാകും എന്നദ്ഭുതപ്പെടുകയാണിപ്പോൾ ഞാൻ!

സ്റ്റേഷനും നദിക്കുമിടയിൽ തകർന്ന ഒരു കെട്ടിടമുണ്ടായിരുന്നു. അതൊരു ശവകുടീരമോ പുരാതന പള്ളിയോ മറ്റോ ആയിരുന്നിരിക്കണം. ഈ ശവകുടീരത്തിലേക്ക്, അങ്ങ് ദൂരെയുള്ള മലനിരകളിലെ ഗ്രാമങ്ങളിൽ വസിക്കുന്നവർ, ആജാനുബാഹുക്കളായ പുരുഷന്മാരും വെയിൽ കൊണ്ട് കരിഞ്ഞ മുഖമുള്ള സ്ത്രീകളും പട്ടാളക്കാരെ പോലെ അടിവച്ച് വരും. അവർ അവരുടെ രോഗികളായ ബന്ധുക്കളേയോ അനുസരണ കാണിക്കാത്ത നവവധുക്കളേയോ അപസ്മാരമുള്ള കുട്ടികളേയോ ഒപ്പം കൊണ്ടുവരും. ഒരു കോഴിയെ ബലി നൽകി, രോഗിയെ ഒറ്റയ്ക്ക് ഈ ശവകുടീരത്തിൽ ഒരു രാത്രി താമസിപ്പിക്കും. ചില രോഗികൾ ഇങ്ങനെ സുഖപ്പെട്ടിട്ടുണ്ട് എന്ന അവകാശവാദങ്ങളും ആണയിടലുകളുമുണ്ട്.

എന്റെ താത്പര്യം ബലി നൽകിയ ആ കോഴിയിലായിരുന്നു. കുടുംബാംഗങ്ങളല്ലാതെ ആരാണ് ഈ ചടങ്ങ് ആദ്യം കണ്ടത് അവർക്കുള്ളതാണ് ഈ കോഴി എന്നാണ് വിശ്വാസം. ആരെങ്കിലും ശവകുടീരത്തിനരികിലേക്ക് നടക്കുന്നത് കണ്ടാൽ, ഞാൻ എന്റെ നായയേയും കൊണ്ട് അവിടേക്ക് നീങ്ങും. അവിടെ സ്ഥാനം പിടിക്കും.

ഞാനൊരു കുട്ടിയായതിനാൽ അവരെന്നെ അവിടെ നിന്ന് ഓടിക്കും. ചടങ്ങുകൾ കഴിഞ്ഞാൽ അവർ എന്നോട് ഞാനാരാണെന്നും എവിടെയാണ് താമസമെന്നും അന്വേഷിക്കും. തലയില്ലാത്ത പൂവൻകോഴിയെ എനിക്ക് തരും. അതുമായി ഞാൻ അഭിമാനത്തോടെ വീട്ടിലേക്കോടും. വീട്ടിലെത്തുമ്പോൾ ശരീരത്തിൽ മുഴുക്കെ വിയർപ്പും ചോരയും നിറഞ്ഞിട്ടുണ്ടാകും എന്ന് പറയേണ്ടതില്ലല്ലോ!

റെംസി എന്നോ റീസയെന്നോ മറ്റോ പേരുള്ള സ്റ്റേഷൻ മാസ്റ്റർക്ക് (അതിപ്പോഴും കൃത്യമായി ഓർമ്മവരുന്നില്ല) ഈ ശവകുടീരവുമായി ബന്ധപ്പെട്ട ഒരു കഥ പറയാനുണ്ട്.

സത്യത്തിൽ ഇത് അദ്ദേഹത്തിന്റെ ഭാര്യയുടെ കഥയാണ്. അയാളുടെ ഭാര്യയ്ക്ക് എന്തോ മാനസിക പ്രശ്നമുണ്ടായിരുന്നു എന്നാണച്ഛൻ

1. പാവങ്ങളുടെ ഭക്ഷണമായ ഉള്ളിയും റൊട്ടിയും.

പറഞ്ഞത്. അവരെ വൈദ്യന്മാരെ കാണിച്ചിരുന്നു. മാന്ത്രികരേയും ഹോദ്ജമാരേയും കാണിച്ചിരുന്നു. പരമ്പരാഗത ചികിത്സകൾ നടത്തിയിരുന്നു. മുസ്കാസിനെ സമീപിച്ചിരുന്നു. പക്ഷേ അവരുടെ അസുഖം ഭേദമായില്ല. അവർക്ക് കുഞ്ഞുങ്ങളുണ്ടായിരുന്നില്ല. അതിനാൽ, ഈ കൊച്ചുസ്റ്റേഷനിലെത്തിയപ്പോൾ അവർ പരസ്പരം പ്രോത്സാഹിപ്പിക്കാനാരംഭിച്ചു. അവസാന പോംവഴി എന്ന നിലയിൽ ഭാര്യയെ ആ ശവകുടീരത്തിൽ ഒരു രാത്രി താമസിപ്പിക്കാൻ സ്റ്റേഷൻ മാസ്റ്റർ തീരുമാനിച്ചു. കൊടും നിരാശ പലരെക്കൊണ്ടും ബാലിശമായ കാര്യങ്ങൾ ചെയ്യിക്കും. ഭാര്യ രാത്രി ശവകുടീരത്തിൽ കഴിഞ്ഞപ്പോൾ ഭർത്താവ് പുറത്ത് കാത്തിരുന്നു. എപ്പോഴോ അയാൾ ഉറങ്ങിപ്പോയി. അർദ്ധരാത്രിയിലെപ്പോഴോ ഒരു നിലവിളി കേട്ടാണുണർന്നത്. തന്റെ ഭാര്യ "എന്റെ കുഞ്ഞ്, എന്റെ കുഞ്ഞ്, എന്റെ കുഞ്ഞ് പുഴയിൽ വീണേ, ആരെങ്കിലും വന്ന് രക്ഷിക്കണേ" എന്നാർത്തലച്ച് കരഞ്ഞ്, ധരിച്ചിരുന്ന തൂവെള്ള നിശാവസ്ത്രത്തിൽ നദിക്കരയിലേക്കോടുന്നതാണയാൾ കണ്ടത്!

അയാൾക്ക് ഓടിയടുത്ത് പിടിച്ച് നിർത്താനാകുന്നതിനു മുമ്പ്, ഭാര്യ നദിയിലേക്കെടുത്ത് ചാടി. നദി സന്തോഷപൂർവ്വം അവരെ സ്വീകരിച്ചു. ചുഴികൾ മടക്കി, നിവർത്തി, അതിനകത്തേക്ക് കൊണ്ടുപോയി. സ്വന്തം ഭർത്താവിന്റെ മുന്നിൽ വച്ച് അവളേയും കൊണ്ടുപോയി. അവൾ പിന്നെ തിരിച്ച് വന്നില്ല.

ഇത് സംഭവിച്ചിട്ട് വർഷമെത്രയായിട്ടുണ്ടാകും എന്നെനിക്കറിയില്ല. തന്റെ വെള്ളക്കുതിരയിന്മേൽ സവാരി ചെയ്യുന്ന മാസ്റ്ററുടെ രൂപം മാത്രമേ എനിക്കോർമ്മയുള്ളൂ. അതെ, അയാളുടെ പക്കൽ ഒരു വെള്ളക്കുതിരയുണ്ടായിരുന്നു. അയാൾ പ്രാവുകളേയും വളർത്തിയിരുന്നു. ഒറ്റയ്ക്കായ ആ മനുഷ്യൻ തന്റെ കുതിരയിലും പ്രാവുകളിലും അഭയം തേടുകയായിരുന്നു. വെള്ളത്തിന്റെ ടാങ്കിനു സമീപമായിരുന്നു കുതിരാലയം. ഒരിക്കൽ സ്വിച്ച്മാന്റെ സംസാരിക്കാനാകാത്ത മകളും ഞാനും ആരുമറിയാതെ അവിടേക്കെത്തി. അതിന്റെ വാതിലിലൂടെ എത്തിനോക്കി. കുതിര തിന്നുകൊണ്ടിരിക്കുകയായിരുന്നു. അവിടെ നിന്ന് ഏതാനും പ്രാവുകൾ ആകാശത്തേക്കുയർന്നു. ചില ദിവസങ്ങളിൽ സൂര്യൻ തന്റെ ശരീരത്തിൽ ഇത്തിരി ചുവപ്പൊക്കെ വാരിപ്പുരട്ടി അസ്തമയത്തിനൊരുങ്ങുമ്പോൾ സ്റ്റേഷൻ മാസ്റ്റർ കുതിരപ്പുറത്തെത്തും. നദി വക്രബുദ്ധിയോടെ വളയുന്ന സ്ഥലത്തെത്തും. നദിയവിടെ വളഞ്ഞുപുളഞ്ഞാണൊഴുകുന്നത്. അവിടെ നിന്ന് അയാൾ അപ്രത്യക്ഷമാകും. പിന്നെ ജോലിക്ക് സമയമാകുന്നതുവരേക്കും അയാളെ കാണില്ല. അപ്പോൾ അതുപോലെ എവിടെനിന്നോ കയറിവരും. കുതിരപ്പുറത്ത് അതിവേഗം പായുന്ന മാസ്റ്ററെ ഞാൻ കണ്ടിട്ടില്ല. അയാളുടെ ഭാര്യയുടെ ശവശരീരം കണ്ടെത്തിയിട്ടില്ല എന്നാണ് പറയപ്പെടുന്നത്. അവർ ആ ചളി നിറഞ്ഞ, നുരച്ച് പായുന്ന വെള്ളത്തിൽ അപ്രത്യക്ഷയാകുകായിരുന്നു.

അച്ഛൻ ജോലി കഴിഞ്ഞ്, അമ്മയുടെ പക്കൽ തന്റെ കൈയിലുള്ള കുട്ടയൊക്കെ കൊടുക്കുന്ന അതേ സമയത്ത്, ഞാനും അച്ഛനും തീർത്തും വ്യത്യസ്തമായ മറ്റൊരു ആനന്ദം പങ്കുവയ്ക്കാറുണ്ടായിരുന്നു. അച്ഛൻ എന്നെ ചുമലിലെടുത്ത് നദിക്കരയിലേക്ക് നീങ്ങും. കാലത്ത് വച്ചിരിക്കുന്ന മത്സ്യം പിടിക്കാനുള്ള സംവിധാനങ്ങൾ പരിശോധിക്കും. മുൾച്ചെടികളിൽ അച്ഛൻ ചൂണ്ടകൾ കെട്ടിവച്ചിട്ടുണ്ടാകും.

അതിലോരോന്നായി അച്ഛൻ വലിച്ചെടുക്കും. അതിൽ ചിലതിൽ വലിയ മീശയുള്ള മീനുണ്ടാകും. മീൻ വൃത്തിയാക്കി അമ്മ മടുത്തു എന്ന് തന്നെ പറയാം. അമ്മ ഗർഭിണിയുമായിരുന്നല്ലോ. അമ്മയ്ക്ക് ഓക്കാനം വരും. കോപിക്കും. കൊണ്ടുവന്ന മീനിൽ അധികവും എന്നെയേല്പിച്ച് "ഇത് ആ സ്വിച്ച്മാന്റെ വീട്ടിൽ കൊടുത്തേക്ക്" എന്ന് പറയും. അങ്ങനെയുള്ള ദിവസങ്ങളിൽ സ്വിച്ച്മാൻ തന്റെ മദ്യത്തിന്റെ അളവ് ഒരു കുപ്പിയിൽ നിന്നും രണ്ടാക്കി മാറ്റാറുണ്ടായിരുന്നു എന്ന് വളരെക്കഴിഞ്ഞാണ് ഞാനറിഞ്ഞത്.

ഒരു ടബ്ബിൽ വെള്ളം നിറച്ചാണ് അമ്മ എന്നെ കുളിപ്പിക്കാറുള്ളത്. പുറത്തുള്ള പമ്പിൽ നിന്നും വെള്ളമെടുക്കും. ഋതു ഏതായാലും ഇതിൽ മാറ്റമുണ്ടാകാറില്ല. ശരത്കാലത്ത് അമ്മയുടെ വിരൽ തുമ്പുകൾ തണുപ്പുകൊണ്ട് ചുവക്കും. കൈകൊണ്ട് തന്നെയാണ് അമ്മ കഴുകലും അലക്കലുമെല്ലാം ചെയ്യാറുള്ളത്. തുണിയൊക്കെ മഞ്ഞുപോലെ വെളുക്കുന്നതു വരേക്കും അമ്മ അത് കല്ലിൽ ഉരച്ചുകൊണ്ടേയിരിക്കും. അമ്മ ഞങ്ങളുടെ വാഗണും ഉരച്ച് കഴുകി വൃത്തിയാക്കി വയ്ക്കാറുണ്ട്.

വീട്ടിലെ എല്ലാ ജോലികളും അങ്ങനെ അമ്മയെ ഏല്പിച്ച് പോകുന്ന വ്യക്തിയായിരുന്നില്ല അച്ഛൻ. തന്റെ വസ്ത്രങ്ങളെല്ലാം ഇസ്തിരിയിട്ടിരുന്നത് അച്ഛൻ തന്നെയാണ്. ആവശ്യമുള്ളപ്പോഴെല്ലാം അടുക്കളയിലും കയറും. അവരൊന്നിച്ച് പാസ്തയും ജാമുമെല്ലാമുണ്ടാക്കാറുണ്ട്.

അവരുടെ പരസ്പര സ്നേഹം അനുദിനം വളർന്നു. എല്ലാ വൈഷമ്യങ്ങളേയും അവർ ഒന്നിച്ച് നേരിട്ടു. ഒന്നിച്ച് യാത്ര ചെയ്തു. ദാരിദ്ര്യവും നിരാശകളും ഒന്നിച്ച് പങ്കുവച്ചു.

ശരത്കാലമായാൽ, സ്റ്റൗവിലെ ചായപ്പാത്രത്തിൽ എപ്പോഴും ചായ തിളച്ചുകൊണ്ടിരിക്കും. അച്ഛന്റെ കയ്യിൽ ഒരു ടൈപ്പ്റൈറ്ററുണ്ടായിരുന്നു. അത് എന്നും അച്ഛനോടൊപ്പമുണ്ടായിരുന്നു. അച്ഛനപ്പോൾ അതിൽ എന്തൊക്കെയോ ടൈപ്പ് ചെയ്തുകൊണ്ടിരിക്കും. അതെന്താണെന്ന് എനിക്കറിയില്ല. അമ്മ തുണി തുന്നുന്നുണ്ടാകും. ഞങ്ങളുടെ വാഗൺ വീടിന്റെ ജാലകത്തിലൂടെ മഞ്ഞിൽ മിന്നിക്കത്തുന്ന വിളക്കുകൾ കണ്ട് ഞാനുമിരിക്കും.

ഈ സുന്ദരൻ യക്ഷിക്കഥയ്ക്ക് അവസാനമുണ്ടാകില്ല എന്നും ഈ സുന്ദരൻ രാജകുമാരനായ ഞാൻ, ഒരിക്കലും വലുതാകുകയില്ല എന്നും ഞാനെപ്പോഴും കരുതിയിരുന്നു. അമ്മയുടെ ഗർഭത്തിന്റെ അവസാന

നാളുകളിലെത്തി. ദിവസം മുഴുക്കെ ചെയ്തിരുന്ന കഠിനാദ്ധ്വാനവും വിശ്രമമില്ലായ്മയും അവരുടെ ക്ഷീണിത ശരീരത്തിനപ്പോൾ താങ്ങാനാകുന്നതല്ലായിരുന്നു. ഒരു രാത്രിയിൽ അമ്മ വേദന സഹിക്കവയ്യാതെ ഉറക്കെ കരയാനാരംഭിച്ചു. അച്ഛനാകെ ആശയക്കുഴപ്പമായി. എന്ത് ചെയ്യാനാകും എന്ന ചിന്ത. പുറത്ത് ശക്തമായ കാറ്റുണ്ടായിരുന്നു. അത് ഗൗനിക്കാതെ, അച്ഛൻ സ്വിച്ച്മാന്റെ വീട്ടിലേക്കോടി. വീട്ടിൽ ധരിച്ചിരുന്ന പൈജാമയല്ലാതെ മറ്റൊരു വസ്ത്രവും അച്ഛന്റെ ദേഹത്തില്ലായിരുന്നു. സ്വിച്ച്മാന്റെ ഭാര്യ തനിക്കാകാവുന്ന വിധം സഹായിച്ചു. അമ്മയുടെ കാലുകൾക്കിടയിൽ നിന്ന് രക്തം പുരണ്ട തുണികൾ നീക്കി. തിളപ്പിച്ച വെള്ളത്തിൽ അമ്മയുടെ ഗുഹ്യഭാഗങ്ങൾ കഴുകി. അത് കാണാനാകാതെ, ഞാൻ തേങ്ങിക്കരഞ്ഞ്, പുതപ്പ് തലവഴി മൂടി. അച്ഛൻ കോട്ടെടുത്തിട്ട് വീണ്ടും പുറത്തേക്കോടി. ആ രാവ് പുലരില്ല എന്ന് ഞാൻ ഉറപ്പിച്ചു. അമ്മയുടെ ആരോഗ്യം മെച്ചപ്പെട്ടില്ല.

സ്റ്റേഷൻ മാസ്റ്റർ, സ്വിച്ച്മാൻ, അയാളുടെ ഭാര്യ, മൂകയായ അവരുടെ മകൾ എന്നിവരെല്ലാം അപ്പോൾ അവിടെയുണ്ടായിരുന്നു. അടുത്തുള്ള നഗരത്തിലെ ആശുപത്രിയിലേക്ക് അമ്മയേയും അച്ഛനേയും അവർ ആദ്യം വന്ന തീവണ്ടിയിൽ യാത്രയാക്കുന്നത് ഞാൻ നോക്കി നിന്നു. ഞങ്ങളെല്ലാം കരയുന്നുണ്ടായിരുന്നു. ആ പെൺകുട്ടി എന്റെ കൈയിൽ മുറുകെ പിടിച്ചിരുന്നു. അമ്മ തണുത്ത ചുണ്ടുകൊണ്ട് എന്നെ ചുംബിച്ചു. അവർ വണ്ടിയിൽ കയറിപ്പോയി. സങ്കടം സഹിക്കാനാകാതെ ഞാൻ ആ പെൺകുട്ടിയുടെ ചുമലിൽ തലവച്ച് ഉറക്കെ കരഞ്ഞു.

പിന്നെ കുറേ ദിവസം ഞാൻ അവളുടെ വീട്ടിലാണ് താമസിച്ചത്. അവളുടെ മെത്തയിലാണുറങ്ങിയത്. അങ്ങനെ എത്ര ദിവസം കഴിഞ്ഞിട്ടുണ്ടാകും?

ഒരു ദിവസം അച്ഛൻ വന്നു...

ഒറ്റയ്ക്ക്.

അച്ഛന്റെ കൈയിൽ ഒരു പൊതിയുണ്ടായിരുന്നു. എനിക്ക് ഒരു മൗത്ത് ഓർഗൺ വാങ്ങിക്കൊണ്ടുവന്നിരുന്നു. അച്ഛൻ പുഞ്ചിരിക്കുന്നുണ്ടായിരുന്നു. എന്നാൽ അത് വിചിത്രമായ പുഞ്ചിരിയായിരുന്നു. ഒരാളും ഒരക്ഷരം പോലും പറഞ്ഞില്ല. ദീർഘമായ മൗനം മാത്രം. ഞാൻ അച്ഛനെ നോക്കി. മൂകയായ എന്റെ സുഹൃത്തിനെ നോക്കി. എന്റെ നോട്ടം കണ്ടപ്പോൾ അവളുടെ ചുണ്ടുകൾ വിറച്ച് അവൾ വിതുമ്പാനാരംഭിച്ചു.

വളരെ സാവധാനത്തിൽ നടന്ന് അവൾ ജാലകത്തിനരികിലേക്ക് നീങ്ങി. ഞാനവളെ പിന്തുടർന്നു. പുറത്ത് മഞ്ഞ് പെയ്യുന്നുണ്ടായിരുന്നു. എല്ലായിടത്തും മഞ്ഞ് പുതച്ച് കിടക്കുകയായിരുന്നു. സ്റ്റേഷൻ മാസ്റ്റർ തന്റെ വെള്ളക്കുതിരയുടെ പുറത്തേറി വന്നു. അദ്ദേഹത്തിന്റെ മുഖം വാടിയിരുന്നു. മഞ്ഞിലൂടെ സാവധാനത്തിൽ കുതിരയെ നടത്തിച്ചാണ് അയാൾ വന്നത്. ഞാൻ ഓടിച്ച് വിട്ടിരുന്ന കാക്കകളെല്ലാം പ്രതിമ

കണക്കെ ഇരിക്കുന്നുണ്ടായിരുന്നു. അവ ജാലകത്തിലൂടെ ഞങ്ങളെ നോക്കിയിരിക്കുകയായിരുന്നു.

അച്ഛൻ എന്നെയും കൊണ്ട് ഞങ്ങളുടെ വാഗൺ വീട്ടിലേക്ക് പോന്നു. അച്ഛന്റെ കൈയിലുള്ള പൊതി ഞങ്ങളഴിച്ചു. അതിൽ അമ്മയുടെ നിറം മങ്ങിയ ഇളം ചുവപ്പ് കോട്ടുണ്ടായിരുന്നു. അമ്മയുടെ സ്കാർഫുണ്ടായിരുന്നു. കീറിപ്പറിഞ്ഞ ഷൂസുണ്ടായിരുന്നു. അമ്മയുടെ കണ്ണാടിയും ചീപ്പുമുണ്ടായിരുന്നു. അമ്മയുടെ കാതണിയും മോതിരവുമുണ്ടായിരുന്നു. അച്ഛൻ ഇതിലേക്കെല്ലാം കുറച്ച് നേരം നോക്കിയിരുന്നു. അതിൽ തലോടി. അതതുപോലെ കെട്ടിവച്ചു. ഞാൻ മുറുകെപ്പിടിച്ചിരുന്ന മൗത്ത് ഓർഗണിൽ കൈവച്ചു.

വാഗൺ വീട്ടിലെ ജാലകത്തിനരികിൽ ഒരു സ്റ്റൂളുണ്ടായിരുന്നു. അതിലാണ് അമ്മയിരുന്ന് തുന്നാറുള്ളത്. അച്ഛൻ എന്നെ അതിൽ കയറ്റിയിരുത്തി. അങ്ങ് ദൂരെ ശാന്തമായൊഴുകുന്ന നദി കാണാം. സാവധാനത്തിൽ നിലത്തേക്ക് പതിക്കുന്ന മഞ്ഞുകണങ്ങൾ കാണാം. വാഗണിനകത്ത് നല്ല തണുപ്പുണ്ടായിരുന്നു. അച്ഛൻ എന്നെ ഒരു കൈകൊണ്ട് ചുറ്റിപ്പിടിച്ചു. തലയിൽ ചുംബിച്ചു. മുടിയുടെ ഗന്ധമാസ്വദിച്ചു. എന്നിട്ട് എനിക്ക് വാങ്ങിയ മൗത്ത് ഓർഗണെടുത്ത് വായിക്കാനാരംഭിച്ചു. മധുരമായി, എന്നാൽ ദുഃഖം നിറച്ച്. ഞങ്ങൾ ഒന്നിച്ച് കരഞ്ഞു. അച്ഛൻ കരയുന്നത് ഞാനാദ്യമായി കാണുകയായിരുന്നു.

ഞാൻ ഈ കഥ നിങ്ങളോട് പറഞ്ഞു തുടങ്ങിയത് എന്റെ പതിനാറാം വയസ്സിൽ. വല്ലാതെ മെലിഞ്ഞ ശരീരമാണെന്റേത്. വടിപോലെയാണെന്റെ കൈകാലുകൾ. എന്നാൽ എനിക്ക് ഒരു നിശ്ചയദാർഢ്യമുണ്ടായിരുന്നു. ഉത്കർഷേച്ഛയുണ്ടായിരുന്നു. അച്ഛനെപ്പോലെയാണോ എന്ന് പലപ്പോഴും ഞാൻ അദ്ഭുതപ്പെടാറുണ്ട്. കാരണം ഒരു ജോലിയിലും എനിക്ക് സ്ഥിരമായി നിൽക്കനായിട്ടില്ല.

ജോലിയോ? എന്ത് ജോലി? നീ ഒരു ഹൈസ്കൂൾ വിദ്യാർത്ഥിയല്ലേ എന്ന് നിങ്ങൾ ചോദിക്കുമായിരിക്കും. പക്ഷേ അക്കാലത്ത് വിദ്യാർത്ഥികൾ അധികവും സ്കൂളുകൾ കുറവുമായിരുന്നു. ഒരു പറ്റം വിദ്യാർത്ഥികൾ കാലത്തെ ക്ലാസുകളിൽ കയറും, ശേഷിച്ചവർ സായാഹ്നത്തിലും. അങ്ങനെ ഒരേ സ്കൂളിൽ കൂടുതൽ പേർക്ക് വിദ്യാഭ്യാസം ലഭിച്ചു.

എന്റെ രാജ്യത്ത് വിദ്യാഭ്യാസരംഗത്ത് മാറ്റങ്ങൾക്കായി എന്നും പുതിയ പദ്ധതികൾ ആവിഷ്കരിച്ചുകൊണ്ടിരുന്നു. "സ്കൂളില്ലാത്ത പട്ടണമുണ്ടാകില്ല" എന്നൊരു മുദ്രാവാക്യം തന്നെ അക്കാലത്ത് ഉയർന്നിരുന്നു. പട്ടണത്തിന്റെ വലിപ്പം, അവിടത്തെ ജനസംഖ്യ എന്നതൊന്നും ഇതിനു ബാധകമായിരുന്നില്ല. എല്ലാ പട്ടണങ്ങളിലും അതിന്റെ പ്രാന്തപ്രദേശമായ ജില്ലകളിലും അവിടത്തെ രാഷ്ട്രീയ പ്രാധാന്യമനുസരിച്ച്, ഒരു സെക്കണ്ടറി സ്കൂളോ ഒരു ലൈസോ ലഭിക്കുമായിരുന്നു. അങ്ങനെ രംഗം ചൂടുപിടിച്ച് നിന്നിരുന്ന കാലത്ത് ഞങ്ങളുടെ പട്ടണത്തിലും അവർ ഒരു ലൈസ്

തുറന്നു. പക്ഷേ ഒരു പ്രശ്നം. വിദ്യാർത്ഥികളുടെ ആധിക്യമായിരുന്നില്ല അത്, അദ്ധ്യാപകരുടെ കുറവായിരുന്നു. ഏതെങ്കിലും ചെറിയ വിഷയത്തിൽ എന്തെങ്കിലും ജ്ഞാനമുള്ളവരെല്ലാം അദ്ധ്യാപകരായി. പട്ടണത്തിലെ പ്രധാന പട്ടാള ഉദ്യോഗസ്ഥൻ, മൃഗങ്ങളെ ചികിത്സിക്കുന്ന ഡോക്ടർ, ആശുപത്രിയിലെ പ്രധാന ഡോക്ടർ, തുടങ്ങി ഏതൊരു ഉന്നത ഉദ്യോഗസ്ഥനും ഞങ്ങളെ പഠിപ്പിക്കാനെത്തിയേക്കാം എന്ന അവസ്ഥയായി. കാലത്ത് ലൈസ് സ്കൂൾ വിദ്യാർത്ഥികൾ പഠിച്ച അതേ ക്ലാസ് മുറികൾ സായാഹ്നത്തിൽ സെക്കണ്ടറി വിദ്യാർത്ഥികൾക്കായി നീക്കി വയ്ക്കപ്പെടും. അങ്ങനെ സായാഹ്നങ്ങൾ എനിക്ക് ജോലി ചെയ്യാൻ സ്വതന്ത്രമായി ലഭിച്ചു. ഞാൻ പല ജോലികളും ശ്രമിച്ചു. കാപ്പിക്കടയിൽ നിൽക്കുന്നതുതൊട്ട്, വനം വകുപ്പ് നടത്തിയിരുന്ന വനവത്കരണത്തിൽ വൃക്ഷത്തൈകൾ നടുന്നതുവരെ പല ജോലികളും. അങ്ങാടിയിൽ തണ്ണീർ മത്തൻ വിൽക്കുക, ഓപ്പൺ എയർ തിയറ്ററിൽ കപ്പലണ്ടി വിൽക്കുക, പാനീയങ്ങൾ വിൽക്കുക എന്നിവയൊക്കെ ഇതിൽ പെടും.

അക്കാലത്ത് സിനിമാ തിയറ്ററുകളിൽ അധികവും പടിഞ്ഞാറു നിന്നുള്ള സിനിമകളുടെ വ്യാജ പതിപ്പുകളോ അല്ലെങ്കിൽ ഹെർക്കുലീസ് അല്ലെങ്കിൽ മാസിസ്റ്റ്[1] എന്നിവപോലെയുള്ള ഇതിഹാസ സിനിമകളോ ആണ് കളിക്കാറുള്ളത്. ഈ സിനിമകളുടെ ദുഷിച്ച പ്രഭാവം മൂലമാകണം പട്ടണത്തിലെ യുവാക്കളിൽ ബോഡി-ബിൽഡിങ്ങ് ഒരു ആവേശമായി പടർന്ന് കയറിയിരുന്നു.

ചിലർ വെള്ളത്തിനുള്ള പൈപ്പിന്റെ തുണ്ടിൽ ഇരുവശത്തും കോൺക്രീറ്റ് കട്ടകൾ പിടിപ്പിച്ച് സ്വദേശി ഭാരോദ്വേഹന ഉപാധികൾ നിർമ്മിച്ചു. ചിലർ മരച്ചില്ലകളിൽ വ്യായാമം ചെയ്യാനാരംഭിച്ചു. മറ്റ് ചിലർ വെള്ളപ്പൊക്കത്തിൽ ഒലിച്ചെത്തിയ ഭാരമുള്ള കല്ലുകളുപയോഗിച്ച് വ്യായാമം ചെയ്ത് മാംസപേശികൾ ദൃഢമാക്കാനാരംഭിച്ചു.

പട്ടണത്തിലെ മെക്കാനിക്കായ ഇസ്മെയിൽ ഉസ്തയുടെ സഹായി എർദോഗന് നല്ല ശരീരമുണ്ടായിരുന്നു. അയാൾ രണ്ട് വലിയ റാക്കി കുപ്പികളിൽ മണൽ നിറച്ച് നന്നായി അടച്ചു. എന്നിട്ട് ഇവ ഉരുട്ടി കൈത്തണ്ടയുടേയും ചുമലിന്റേയും നെഞ്ചിന്റെ തന്നേയും ആകൃതി വ്യത്യാസപ്പെടുത്താൻ ശ്രമിച്ചു. അതിൽ വിജയിക്കുകയും ചെയ്തു. ഈ ശരീരഭാഗത്തിനെല്ലാം വലിയ മാംസപേശികൾ ലഭിച്ചു. ഒരു നീല നൈലോൺ ഷർട്ടായിരുന്നു അദ്ദേഹത്തിന്റെ സ്ഥിരം വേഷം. കൈകൾ തെരുത്ത് കയറ്റി വച്ചിട്ടുണ്ടാകും. ആ വേഷത്തിൽ മസിലൊക്കെ പെരുപ്പിച്ച് തെരുവിലൂടെ നടക്കും. ശരീരത്തിന്റെ ആകൃതി മൂലം അദ്ദേഹത്തെ

---

1. മാസിസ്റ്റ് ചിത്രങ്ങൾ ഒരു കാലത്ത് ലോകത്തിലെ ഏറ്റവും കരുത്തുള്ളവരെ കാണിക്കുന്ന ഇറ്റാലിയൻ സിനിമകളായിരുന്നു. ഹെർക്കുലീസിനു സമാനരായവരെയാണിതിൽ നായകരാക്കിയിരുന്നത്.

'ത്രികോണം എർദോഗൻ' എന്ന വിളിപ്പേര് വന്നു. മുടി നനച്ച് പുറകിലോട്ട് ചീകിയിടുക എന്നതും അയാളുടെ ശൈലിയായിരുന്നു. അങ്ങനെ അയാൾ സായാഹ്നത്തിൽ ആർട്സ് ആൻഡ് ക്രാഫ്റ്റ് സ്കൂളിൽ നിന്നും വരുന്ന പെൺകുട്ടികൾക്കിടയിലൂടെ നടക്കും. അയാൾക്കെതിരായി സംസാരിക്കാനോ, അയാളെ തടയാനോ, അയാൾ നോട്ടമിട്ട ഏതെങ്കിലും പെൺകുട്ടിയെ ഒന്ന് ഒളികണ്ണിട്ട് നോക്കാനോ ആർക്കും ധൈര്യമുണ്ടായിരുന്നില്ല. "അത് നിന്റെ ഭാവി നാത്തൂനാണെന്ന് അറിയില്ലേ, അവിടേയ്ക്കടുക്കണ്ട" അയാൾ വിളിച്ച് കൂവും.

സത്യം പറയട്ടെ, മലനിരകൾക്ക് നടുക്കുള്ള ആ പട്ടണത്തിൽ, അക്കാലത്ത്, ആരോടെങ്കിലും ഒന്ന് സ്വകാര്യം പറയുക എന്നത് തന്നെ നടക്കാത്ത കാര്യമായിരുന്നു. പിന്നെ ഏതെങ്കിലും ഒരു പെൺകുട്ടിയെ ഒന്ന് ഒറ്റയ്ക്ക് കാണുക എന്നതിനെക്കുറിച്ച് പറയേണ്ടതില്ലല്ലോ. ഒരു സെക്കന്റ് ഒന്ന് ഒറ്റയ്ക്ക് കാണാൻ പോലും പറ്റില്ല. അങ്ങിനെയൊക്കെ ആരെങ്കിലും കാണുകയോ അതിനെക്കുറിച്ച് കേൾക്കുകയോ ചെയ്താൽ ആകാശം ഇടിഞ്ഞ് വീഴും. കൗമാരത്തിലേക്ക് കടന്ന, ബലഹീനരായ, വിളർച്ച ബാധിച്ച ഞങ്ങളെപ്പോലെയുള്ളവർക്ക് ത്രികോണം എർദോഗൻ അവിടെയുള്ള പെൺകുട്ടികളെയെല്ലാം കീഴടക്കിയിരിക്കുന്നു എന്നൊരു മിഥ്യാബോധവുമുണ്ടായിരുന്നു. അതുകൊണ്ട് അയാളുടെ പാത പിന്തുടരാൻ ഞങ്ങളെല്ലാം ഞങ്ങളാലാവത് ചെയ്തുകൊണ്ടിരുന്നു. കുപ്പികളിൽ മണൽ നിറച്ചു. അടുത്തുള്ള മൾബറി മരത്തിന്റെ ശാഖകളിൽ ഊഞ്ഞാലാടി.

എന്നാൽ ഞങ്ങളൊന്നും ആലോചിക്കാത്ത ഒരു കാര്യമുണ്ട്. എപ്പോഴും മുഖത്തെല്ലാം കരിയും ഗ്രീസും പുരണ്ടിരിക്കുന്ന, ഒരു മെക്കാനിക്കിന്റെ സഹായി മാത്രമായ ഒരാളെ എന്തിന് ഒരു പെൺകുട്ടി ശ്രദ്ധിക്കണം. എന്തിനയാളെ അവൾ ഒളിച്ചിരുന്ന് നോക്കണം. അത് അയാൾക്ക് "ത്രികോണം" എന്ന ഇരട്ടപ്പേരിനു കാരണമാക്കിയ ശരീരമുണ്ടെങ്കിലും.

അക്കാലത്ത് അച്ഛൻ അർസുഹാല്ചി[1]യായാണ് ജോലിൽ ചെയ്തിരുന്നത്. അതിനോടൊപ്പം ഒരു അസിസ്റ്റന്റ് സോളിസിറ്ററായും ജോലിയുണ്ടായിരുന്നു. ഒരു വക്കീൽ ഉദ്യോഗമാണതെന്ന് തന്നെ പറയാം. മുമ്പ് ഒരു വക്കീലിനോടൊപ്പം ജോലി ചെയ്തിട്ടുള്ളതിനാൽ അച്ഛന് നിയമങ്ങളെക്കുറിച്ചും കോടതി വ്യവഹാരത്തെക്കുറിച്ചും അറിയാമായിരുന്നു. മാത്രമല്ല അച്ഛൻ പത്രങ്ങളും പുസ്തകങ്ങളും ധാരാളം വായിക്കുമായിരുന്നു. ചിലപ്പോഴൊക്കെ, തന്റെ റെമിങ്ങ്ടൺ ടൈപ്പ്റൈറ്ററിൽ താളം

1. കോടതികൾക്കും മറ്റും മുമ്പിൽ ടൈപ്പ്റൈറ്ററുമായിരുന്ന് അപേക്ഷകളും എഴുത്തുകളും മറ്റും, അതെഴുതിയുണ്ടാക്കാൻ കഴിവില്ലാത്ത പൊതുജനങ്ങൾക്ക് തയ്യാറാക്കി കൊടുക്കുന്നയാൾ.

പിടിച്ച് എന്തെങ്കിലും എഴുതാറുമുണ്ട്. ആ ടൈപ്പ് റൈറ്റർ രാത്രിയിൽ എപ്പോഴും അച്ഛനോടൊപ്പമുണ്ടാകും.

സറീകായ ഓട്ടെൽ വെ കിരാതെനേശി[1]യുടെ പ്രവേശനമുറിയിൽ ഒരു മൂലയിലിട്ടിരുന്ന മരത്തിന്റെ മേശയിൽ അച്ഛനിരിക്കും. ആ മേശ ജാലകത്തിനരികിലായിരുന്നു. കാപ്പികുടിക്കാനിരിക്കുന്ന മേശ അതിനടുത്ത് തന്നെയായിരുന്നു. മേശപ്പുറത്ത് സുന്ദരമായ ചുവപ്പും വെള്ളയും പൂക്കൾ തരുന്ന ഫൂച്സിയ ചെടി ഒരു ചട്ടിയിൽ വച്ചിരുന്നു. അതിനു മുകളിൽ, ചുവരിൽ അദ്ദേഹം വളർത്തിയിരുന്ന ഗോൾഡ്ഫിഞ്ച് പക്ഷിയുടെ കൂട് ഞാത്തിയിട്ടിരുന്നു.

അച്ഛൻ എന്നും ഒരു ഗോൾഡ്ഫിഞ്ച് പക്ഷിയെ വളർത്തുമായിരുന്നു.

അതിന്റെ അർത്ഥമെന്തോ ആകട്ടെ, അതിനെ ജാനിസ്സറി[2] പക്ഷി എന്നും വിളിക്കാറുണ്ട്.

അച്ഛൻ കണ്ണടവച്ച് ടൈപ്പ് റൈറ്ററിൽ ഒരു തുണ്ട് കടലാസ് തിരുകി ടൈപ്പ് ചെയ്യാനാരംഭിക്കും. അതിനോടൊപ്പം ആ പക്ഷിയും അതേ താളത്തിൽ സംഗീതമാരംഭിക്കും. ഇത് രണ്ടും കൂടി വായനാമുറി എന്ന് വിളിക്കുന്ന, പ്രവേശനമുറിയിൽ, ഒരു പ്രത്യേക താളത്തിൽ സംഗീതം നിറയ്ക്കും. ഗോൾഡ്ഫിഞ്ച് പക്ഷിയുടെ ചിലയ്ക്കലും ടൈപ്പ്റൈറ്ററിന്റെ താളവും ഒത്തുചേർന്നുള്ള പ്രത്യേക സംഗീതം.

ഹോട്ടൽ ഉടമയായ എമി എഫേന്തി വളരെ മാന്യനായ ഒരു മനുഷ്യനായിരുന്നു. എഴുപത്തിയഞ്ചിനും എൺപതിനും ഇടയ്ക്കായിരുന്നു അദ്ദേഹത്തിന്റെ പ്രായം. കാര്യങ്ങൾ വളച്ചുകെട്ടില്ലാതെ പറയുന്ന പ്രകൃതമായിരുന്നു അദ്ദേഹത്തിന്റേത്. നാവികരെപ്പോലെ കുറിയ മുടിയും പുകയിലക്കറ പുരണ്ട മീശയുമുണ്ടായിരുന്നു അയാൾക്ക്. കൈയിൽ എപ്പോഴും ഒരു കുന്തിരിക്ക ജപമാലയുണ്ടാകും. സാരികായ എന്നായിരുന്നു അയാളുടെ വിളിപ്പേര്.

പണ്ട് അയാൾ ഒരു ഭൂപ്രഭുവായിരുന്നു. ഒരു കാലത്ത് കൈയിൽ ധാരാളം പണവും ഭൂസ്വത്തുമുണ്ടായിരുന്നു അയാൾക്ക് എന്ന് പറയപ്പെടുന്നു. എന്നാൽ യൗവ്വനം തുടികൊട്ടിപ്പാടിയപ്പോൾ അതെല്ലാം ധൂർത്തടിച്ചു. ഇപ്പോൾ കൈയിലുള്ളത് ഈ ഹോട്ടലും സാരികായ ഗ്രാമത്തിൽ കുറച്ച് മുന്തിരിത്തോപ്പും, ഉപയോഗശൂന്യമായ ഒരു വാട്ടർമില്ലും വരണ്ട കുറച്ച് വയലും മാത്രം. ഒരുകാലത്ത് ഒരു കുപ്പി റാക്കിക്ക് ഒരു ചുവന്ന സ്വർണ്ണനാണയം കൊടുത്തതാണിയാൾ എന്നൊരു കഥയും ഇയാളെക്കുറിച്ചുണ്ട്.

എമിൻ എഫേന്തിയും അച്ഛനും ഒന്നിച്ചാണ് വെള്ളിയാഴ്ച പ്രാർത്ഥനകൾക്ക് പോകാറുള്ളത്. നിരാശമാത്രം നൽകുന്ന ശരത്കാല രാത്രികളിൽ

1. വായനാ മുറി.
2. ഓട്ടോമാൻ പട്ടാളത്തിൽ പുതുതായി ചേർന്നവർ.

ഇവർ ഇരുവരും ഒന്നിച്ചിരുന്ന് മദ്യപിക്കും. മദ്യം തലയ്ക്ക് പിടിച്ചാൽ എമിൻ എഫേന്തി തലയിലെ അഷ്ടഭുജാകൃതിയിലുള്ള തൊപ്പി കഴുത്തിലേക്കിറക്കും. എന്നിട്ട് അച്ഛനെ കളിയാക്കാനാരംഭിക്കും.

"നീയൊക്കെ എന്ത് തരം സോഷ്യലിസ്റ്റാ അലി ബെ? വെള്ളിയാഴ്ച പ്രാർത്ഥനയ്ക്ക് പോകുന്നു, മദ്യപിക്കുന്നു, എന്നിട്ട് സോഷ്യലിസ്റ്റ് എന്ന് പറഞ്ഞ് നടക്കുന്നു?"

ചുണ്ടിലെ സിഗരറ്റിനു തീ കൊളുത്തി "സോഷ്യലിസ്റ്റ് എന്ന് എനിക്കൊരു ഖ്യാതിയുണ്ടെന്നേയുള്ളൂ എമിൻ" എന്ന് അച്ഛൻ മറുപടി പറയും.

എമിൻ എഫേന്തിക്ക് എന്നെ വലിയ ഇഷ്ടമായിരുന്നു. ഞാൻ കാപ്പിക്കടയിലെത്തിയാൽ അയാൾ എന്നെ അടുത്ത് വിളിച്ച് തലയിൽ തടവും. കീശയിൽ കയ്യിട്ട് കുറച്ച് നാണയത്തുട്ടുകളെടുത്ത് എനിക്ക് തരും. യഥാർത്ഥ കുലീന വർഗ്ഗക്കാർ, പ്രഭുജനങ്ങൾ, എന്നും അങ്ങനെയായിരുന്നുവല്ലോ! അയാൾ രണ്ട് തവണ വിവാഹം കഴിച്ചു. പക്ഷേ കുട്ടികളില്ല. സാരികായ ഹോട്ടലും വായനാമുറിയും ഒറ്റനിലയിലുള്ള ഒരു കെട്ടിടത്തിലായിരുന്നു. പട്ടണത്തിലെ മറ്റ് കെട്ടിടങ്ങളെയെല്ലാം പോലെ ഒറ്റ നില, ചുവന്ന ഓടുകളിട്ട നീളൻ കെട്ടിടം. കാപ്പിക്കട മുന്നിലായിരുന്നു. അതിഥികൾക്ക് താമസിക്കാനുള്ള മുറികൾ പുറകിലും. ചായയുണ്ടാക്കുന്ന മൂലയ്ക്കരികിൽ മണ്ണുകൊണ്ടുണ്ടാക്കിയ ഒരു വലിയ ഭരണിയുണ്ട്. വെള്ളം നിറച്ചുവയ്ക്കുന്ന വലിയ ഭരണി. പട്ടണത്തിൽ കുടിവെള്ളം പൈപ്പ് വഴി ആയ്യിടയ്ക്കാണെത്തിയത്. ഇപ്പോൾ എല്ലാ വീട്ടിലും പൈപ്പ് ജലത്തിനുള്ള സൗകര്യങ്ങളുണ്ട്. എന്നാൽ ക്ലോറിൻ മണക്കുന്ന ആ ജലവുമായി പെട്ടെന്ന് പൊരുത്തപ്പെടാൻ ജനങ്ങൾക്കായില്ല. അവർ കുടിക്കാനുള്ള വെള്ളം, പഴയതുപോലെ, പഴയ സ്രോതസ്സുകളിൽ നിന്നും കൊണ്ടുവന്നു. ഓർട്ടാസെസം[1] എന്നാണാ സ്രോതസ്സുകളെ വിളിക്കുന്നത്.

ഞങ്ങൾക്ക് വെള്ളം ആവശ്യമുള്ളപ്പോൾ കാപ്പിക്കടയിലെ ജീവനക്കാരനായ കുർബാൻ അമ്മാവൻ ഒരു കുടമെടുത്ത് പുറത്ത് പോയി കൊണ്ടുവരും അത് തണുപ്പിച്ച് വയ്ക്കും. കുർബാൻ എമ്മി വളരെക്കാലമായി ഈ കാപ്പിക്കടയിലെ ജീവനക്കാരനായിട്ട്. ഈ കുടത്തിലെ വെള്ളത്തിന് മണ്ണിന്റെ രുചിയുണ്ടാകും. വേനൽകാലത്ത് ഈ കുടത്തിൽ സൂക്ഷിച്ചിരിക്കുന്ന വെള്ളത്തിന്റെ രുചി പറഞ്ഞറിയിക്കാനാകാത്തത്ര വർദ്ധിക്കും.

പട്ടണത്തിന്റെ നാനാഭാഗത്തുനിന്നുമുള്ള വൃദ്ധർ ഈ വെള്ളമൊന്ന് കുടിക്കാനും എമിൻ എഫേന്തിയോടൊപ്പമിരുന്ന് സംസാരിക്കാനുമെത്തും. ചിലപ്പോൾ അവർ ഒരിക്കലും അവസാനിക്കാത്ത പാശികളി പാർട്ടികളിലും പങ്കെടുക്കും. കാപ്പിക്കടയ്ക്കെതിർ ദിശയിൽ തടിയൻ

1. ജലധാരകൾ

ഫോട്ടോഗ്രാഫറുടെ കടയാണ്. മുഹമ്മദ് ഗ്യുലക് എന്നാണയാളുടെ ശരിക്കുള്ള പേര്. വേനലിൽ അയാൾ തന്റെ പ്ലേറ്റ് ക്യാമറ കടയുടെ മുന്നിൽ നിൽക്കുന്ന അക്കേഷ്യ മരത്തിന്റെ തണലിൽ വയ്ക്കും. മുഹമ്മദ് ഗ്യുലക്കിന്റെ പുഞ്ചിരിക്കുന്ന മുഖത്തിനും തടിയൻ ശരീരത്തിനും യോജിച്ച പേരായിരുന്നു ഫോട്ടോ ടോംബുൾ എന്നത്. ഫോട്ടോയെടുക്കാൻ വരുന്നവരെ അയാൾ ഒരു കറുത്ത കാൻവാസ് തുണിക്കരികിലിരുത്തും. ചുമരിൽ വലിച്ച് കെട്ടിയിരിക്കുകയുകുമാ കാൻവാസ്. ഒരിക്കൽ ഒരു കർഷക വൃദ്ധ ഫോട്ടോയെടുക്കാനെത്തിയതും, അവരുടെ മുഖമൊന്ന് കാണാനായി, മൂടുപടം നീക്കികിട്ടാൻ അയാൾ പാടുപെട്ടതും ഞാനിപ്പോഴും ഓർക്കുന്നു.

"അമ്മൂമ്മേ, താങ്കളുടെ മുഖത്തിന്റെ ചിത്രമാണ് എടുക്കേണ്ടത്. ആ മുഖമൊന്ന് കാണിക്കൂ." എന്നാൽ ഇതിനുമുമ്പൊരിക്കലും അപരിചിതനായ ഒരു പുരുഷനു മുന്നിൽ തന്റെ മുഖം പ്രദർശിപ്പിച്ചിട്ടില്ലാത്ത അവർക്ക് ഇപ്പോൾ മുഹമ്മദ് ഗ്യുലക് ആവശ്യപ്പെട്ടതിനാൽ അങ്ങനെ ചെയ്യുക അസാധ്യമായിരുന്നു. ഔദ്യോഗികാവശ്യത്തിനായാണ് അവരുടെ ഫോട്ടോ വേണ്ടി വന്നത്. അവരുടെ എതിർപ്പ് ഫോട്ടോഗ്രാഫറെ നിരാശപ്പെടുത്തി. ഇത്തിരി കോപവും വന്നു.

തടിയൻ ഫോട്ടോഗ്രാഫറിന്റെ കടയ്ക്കപ്പുറത്താണ് ആദെമിന്റെ മുടിവെട്ടുകട. അതിനപ്പുറത്ത് ലെബ്ലെബിചി താഹിറിന്റെ കട. അവസാനത്തിൽ ലൂത്ഫി എഫേന്തിയുടെ ഭക്ഷണശാല. ലുത്ഫി എഫേന്തിന്റെ ഭക്ഷണശാലയിൽ നിന്ന് ബീൻസ് കൊണ്ടുണ്ടാക്കിയ സ്റ്റൂ വയറു നിറയെ കഴിച്ചവർ നാരങ്ങാവെള്ളവും കുടിച്ച് അടുത്തെത്തും. ഒരു വലിയ മരത്തിന്റെ ചുവട്ടിലാണയാളുടെ സ്ഥാപനം. അവിടെനിന്ന് അവർ ഗസോസ് എന്ന സോഡ കുടിക്കും. അത് അയാൾ വീട്ടിലുണ്ടാക്കുന്നതാണ്.

മെക്സിക്കൻ ശൈലിയിലുള്ള സോംബ്രെറോ എന്ന് വിളിക്കുന്ന, വിശാലമായ വക്കുള്ള തൊപ്പിയാണ് ന്യുറെത്തീൻ ധരിക്കാറുള്ളത്. ഇതയാൾക്ക് എവിടെ നിന്ന് കിട്ടി എന്ന് ഞാനെന്നും അദ്ഭുതപ്പെട്ടിട്ടുണ്ട്. ഇഷ്ടികപോലെയുള്ള മഞ്ഞിന്റെ പാളികളിലാണ് അയാൾ കുപ്പികൾ സൂക്ഷിക്കുന്നത്. ഐസ് ശേഖരിക്കുന്നവർ അലദാഗിൽ നിന്നും പ്രഭാതത്തിൽ കൊണ്ടുവരുന്നതാണ് അത്. അവരത് പൊടിച്ച് ചരൽക്കല്ലുകൾ പോലെയാക്കും. അല്ലെങ്കിൽ ഇഷ്ടികപോലെ. അതാണവർ പട്ടണത്തിലേക്ക് കൊണ്ടുവരിക. ന്യുറെത്തീൻ തന്റെ ഗാസോസ് എന്ന സോഡയുടെ വില്പന ഒരു ആഘോഷമാക്കിയിട്ടുണ്ടായിരുന്നു. ഒരു പ്രദർശനമാക്കി ആളെ ആകർഷിച്ചിരുന്നു. ആദ്യമയാൾ കുപ്പികൾ തമ്മിൽ കൂട്ടിമുട്ടിക്കും. പിന്നെ ഒരു കുപ്പി ആകാശത്തേക്കെറിയും. അമ്മാനമാടും. അതിനു ശേഷം ഐസ് കട്ടകൾ പൊട്ടിക്കാനായി ഉപയോഗിക്കുന്ന മൂർച്ചയില്ലാത്ത ഒരു കത്തിയുടെ അരികുകൊണ്ടടിച്ച് അതിന്റെ മൂടി തുറക്കും.

ന്യൂറെത്തീനിന്റെ കടയ്ക്ക് മുന്നിൽ ഈച്ചപൊതിയുന്നതുപോലെ പട്ടണത്തിലെ കുട്ടികൾ വന്നുചേരും. അവരുടെ പക്കലുള്ള നാണയങ്ങൾ അയാൾക്ക് സമർപ്പിക്കും. എന്നിട്ട് ഐസ്ക്രീം കോണോ ചെറി ജ്യൂസോ അല്ലെങ്കിൽ നാരങ്ങവെള്ളമോ പകരം ചോദിക്കും.

അധികം താമസിയാതെ ബലഹീനരായ കുതിരകൾ വലിക്കുന്ന ഒരു തുറന്ന കുതിരവണ്ടി അതുവഴിയെത്തും. അതിൽ സിനിമാതിയേറ്ററിന്റെ ഉടമ റെഫീക്കുണ്ടാകും. അയാൾ ഒരു മെഗാഫോണിലൂടെ തന്റെ ടാക്കീസിൽ കളിക്കുന്ന പുതിയ സിനിമയുടെ പ്രചരണം നടത്തുന്നുണ്ടാകും. തെരുവിൽ കളിക്കുന്ന കുട്ടികൾ അയാൾക്ക് പുറകെയോടും. 'പൈഡ് പൈപ്പറി'[1]നെ പിന്തുടർന്ന കുട്ടികളെപ്പോലെ അയാളെ പിന്തുടരും. ആ കുതിരവണ്ടിയുടെ നാലുഭാഗത്തും പോസ്റ്ററുകൾ പതിച്ചിട്ടുണ്ടാകും.

അച്ഛനു ചുറ്റിലും എപ്പോഴും ദൂരെയുള്ള മലയോര ഗ്രാമങ്ങളിലെ കർഷകരുണ്ടാകും. ദൃഢശരീരമുള്ളവരാണിവർ. 'പാൻചൊ വില്ല'[2]യുടെ മീശപോലെ വലിയ മീശയുള്ളവർ.

അവർ അരപ്പട്ട ധരിച്ചിട്ടുണ്ടാകും. ചരടോ ഉയരമുള്ള മടമ്പോ ഇല്ലാത്ത പരുക്കൻ ഷൂസ് ധരിച്ചിട്ടുണ്ടാകും. അവർക്ക് ടർക്കിഷ് ഭാഷ അത്രയൊന്നും അറിയില്ല. ഇനിയും തീർപ്പാകാത്ത പ്രശ്നങ്ങളുമായാണവർ അച്ഛന്റെ സമീപമെത്തുന്നത്. ഭൂമി, വയൽ, ജനനം, മരണം, പട്ടാളസേവനം, റജിസ്ട്രേഷൻ, നികുതി ഇങ്ങനെയുള്ള പല പ്രശ്നങ്ങൾക്കും പരിഹാരം തേടി. അവരിൽ നിന്നും എന്തെങ്കിലും നാലഞ്ച് വാക്കുകൾ കേൾക്കാൻ അച്ഛൻ പെടാപാട് പെടും. ആ വാക്കുകൾ കൂട്ടിച്ചേർത്ത് അർത്ഥവത്തായ വാചകങ്ങളുണ്ടാക്കാൻ. അങ്ങനെ അവരുടെ വ്യവഹാരം എന്തെന്ന് അറിയാൻ. വെണ്ണ, ചീസ് എന്നിവയൊക്കെയാണവർ ജോലിക്ക് പ്രതിഫലമായി നൽകുക. കാട്ടിലെ പുഷ്പങ്ങളുടെ മണമുള്ള, എന്നാൽ അതീവ രുചികരമായ ഈ വ്സ്തുക്കളൊന്നും അധികകാലം സൂക്ഷിച്ചുവയ്ക്കാനാകില്ല. അച്ഛൻ അതൊക്കെ മറ്റുള്ളവർക്ക് നൽകും. അക്കാലത്ത് എല്ലാവരാലും മറക്കപ്പെട്ടിരുന്ന അനറ്റോലിയൻ പട്ടണങ്ങളിൽ റഫ്രിജറേറ്ററുകളോ, ഭക്ഷണം സൂക്ഷിച്ച് വെയ്ക്കുന്നതിന് അതുപോലുള്ള മറ്റ് സൗകര്യങ്ങളോ ഇല്ലായിരുന്നു.

ഞങ്ങളുടെ താമസം എന്നും വലിയ പ്രശ്നമായിരുന്നു. വീട് വാടകയ്ക്ക് നൽകാൻ ആരും തയ്യാറായിരുന്നില്ല. ഈ പട്ടണത്തിൽ ഞങ്ങളുടെ രക്ഷയ്ക്കെത്തിയത് എമിൻ എഫേന്തിയാണ്. "നൽകികൊണ്ടാണ് പ്രഭുക്കന്മാരാകുന്നത്, വെടിയുതിർത്താണ് നായകരാകുന്നത്" എന്നായിരുന്നു അദ്ദേഹത്തിന്റെ അതിനുള്ള ന്യായം. സെർസി അബ്ദുള്ളയുടെ പറമ്പിൽ ഒരു മുറി വാടകയ്ക്ക് ലഭിക്കാൻ അദ്ദേഹമാണ് ഞങ്ങളെ സഹായിച്ചത്.

1. ജർമ്മൻ നാടോടിക്കഥയിലെ കഥാപാത്രം.
2. മെക്സിക്കൻ വിപ്ലവകാരി (1878–1923)

സെർസി അബ്ദുള്ള ഒരു കാലത്ത് എമീൻ എഫേന്തിയുടെ കുടിയാനായിരുന്നു. എന്നാൽ ഇപ്പോൾ തെരുവിൽ വില്പന നടത്തി ജീവിതോപാധി കണ്ടെത്തുന്നു. കണ്ണുകൾ നേർപ്പിച്ചാണയാൾ നിങ്ങളെ നോക്കുക. അത്രയ്ക്ക് വൃദ്ധനായിട്ടുണ്ടയാൾ. തലമുടി തൂവെള്ള നിറമായിരിക്കുന്നു. വസൂരിക്കല വീണ മുഖമാണയാളുടേത്. നീണ്ട, നരച്ച, താടി, സ്വതവേ ചെറുതായ മുഖം ഒന്നുകൂടി ചെറുതാക്കുന്നു. വേനലിൽ പോലും ഒരു കമ്പിളിത്തൊപ്പിയില്ലാതെ അയാളെ കാണാനാകില്ല. വിക്കുണ്ടയാൾക്ക്. അതുകൊണ്ട് തന്നെ പറയുന്നത് മനസ്സിലാക്കിയെടുക്കാൻ വലിയ ബുദ്ധിമുട്ടാണ്.

മരം കൊണ്ടുണ്ടാക്കിയ അയാളുടെ വീടിന്റെ പുറകിൽ ഒരു തോട്ടമുണ്ട്. മുമ്പിലും ധാരളം സ്ഥലമുണ്ട്. ഞങ്ങൾ അതിനോട് ചേർന്ന ഒരു കെട്ടിടത്തിലായിരുന്നു താമസം. രണ്ട് മുറിയുണ്ടതിൽ. അതിലൊന്ന് റൊട്ടിയുണ്ടാക്കാനായി നിർമ്മിച്ചതായിരുന്നു. മറ്റേത് കലവറയും. ഞങ്ങളും അയാളുപയോഗിച്ചിരുന്ന അതേ പടിയാണ് അകത്തേക്ക് പ്രവേശിക്കാൻ ഉപയോഗിച്ചിരുന്നത്. തോട്ടത്തിൽ ഒരു മൾബറി, ഏതാനും ബദാം, ചെറി മരങ്ങൾ, ഒരു ആപ്പിൾ മരം എന്നിവയുണ്ടായിരുന്നു. ആപ്പിൾ മരത്തിന്റെ ശാഖ ഞങ്ങൾ ഉറങ്ങാനുപയോഗിച്ച മുറിക്കരികിലേക്ക് പടർന്നിരുന്നു. തോട്ടത്തിന്റെ മതിലിനരികിൽ കോർണേലിയൻ ചെറികളും ഇളംനീല വർണ്ണത്തിലുള്ള ഒരു ചെടിയുമുണ്ടായിരുന്നു. ആ ചെടിയിൽ മാന്തളിർ വർണ്ണത്തിൽ പൂക്കളുണ്ടാകും. എല്ലാ വസന്തത്തിലും അതിലെ പൂക്കൾ അതിനപ്പുറത്തുള്ള തെരുവിൽ വീണ് കിടക്കും.

യുവാവായിരുന്ന കാലത്ത് ഗ്രാമങ്ങൾ തോറും അലഞ്ഞ് നടന്നിരുന്ന ഒരു വ്യക്തിയാണ് സെർസി അബ്ദുള്ള എന്ന് പറയപ്പെടുന്നു. അങ്ങനെ ഒരു ദിവസം ഒരു മലയോര ഗ്രാമത്തിലൂടെ സഞ്ചരിക്കുമ്പോൾ അയാളും കുതിരയും കൂടി ഒരു വിള്ളലിൽ വീണു. അന്ന് പറ്റിയ പരിക്ക് കാലിന്റെ മുടന്തായി. മുടന്ത് യാത്രകൾക്ക് തടസ്സമായി.

അതിനുശേഷമാണ് സാരികായ ഹോട്ടലിനു സമീപം ഈ തട്ടുകട തുടങ്ങിയത്. തെരുവ് കച്ചവടക്കാരനായത്. കണ്ണാടി, ചീപ്പ്, റേസർ, പേനാകത്തി, ലൈറ്റർ, തിരി, ലൈറ്ററിനുള്ള എണ്ണ, ഇലാസ്റ്റിക് അടിയുടുപ്പുകൾക്കുള്ളത്, ഹെയർ പിൻ, ടോർച്ച്, ടോർച്ചുകൾക്കുള്ള ബാറ്ററി, നഖംവെട്ടി, മാലയ്ക്കുള്ള മണികൾ, നോട്ട് പുസ്തകങ്ങൾ, വാച്ചിന്റെ ചങ്ങലകൾ, കോട്ടൺ, ചായഗ്ലാസുകൾ എന്നിങ്ങനെയുള്ള സാധനങ്ങളും മൺവെട്ടിപോലെയുള്ള വലിയ സാധനങ്ങളും അദ്ദേഹം വില്പനയ്ക്ക് വച്ചിരുന്നു.

പത്തോ പതിനഞ്ചോ ചതുരശ്ര മീറ്റർ മാത്രമുണ്ടായിരുന്ന അദ്ദേഹത്തിന്റെ ചെറിയ പറമ്പും വീടും ഞങ്ങൾക്ക് വലിയ തലവേദന നൽകിയിട്ടുണ്ട്. അതിനെക്കുറിച്ച് മറ്റൊരിക്കൽ പറയാം.

ഞങ്ങളുടെ വീടിന്റെ എതിർഭാഗത്ത് ഒരു അമ്മയും മകളുമാണ് താമസിച്ചിരുന്നത്. അവർ ആ നാട്ടുകാർ തന്നെയായിരുന്നു. സാദെത് ഇൻസെകാര എന്നായിരുന്നു മകളുടെ പേര്. അവർ പ്രൈമറി സ്കൂൾ അദ്ധ്യാപികയായിരുന്നു.

സാദെത് അവിവാഹിതയായിരുന്നു. സുന്ദരിയും മദാലസയുമായിരുന്നു. സ്വർണ്ണനിറമുള്ള ചുരുണ്ട മുടിയുണ്ടായിരുന്നു അവർക്ക്. പുഞ്ചിരിക്കുമ്പോൾ നുണക്കുഴികൾ തെളിയുമായിരുന്നു.

അവളുടെ അമ്മയുടെ വാക്കുകൾ കടമെടുത്താൽ, അവളെ വിവാഹം കഴിക്കാനായി, ഉന്നതരായ പലരും തയ്യാറായി വരുന്നുണ്ട്. അവരിൽ ജഡ്ജിമാരും ഡോക്ടർമാരുമുണ്ട്. എന്നാൽ സാദെത്ത് അവരെയെല്ലാം നിരസിച്ചു. അവരൊന്നും അവളിൽ ഒരനക്കവും സൃഷ്ടിക്കുന്നില്ല എന്നാണവൾ പറഞ്ഞതത്രെ.

ഇതെല്ലാം കണ്ട് ആ വൃദ്ധ നിശ്വസിക്കും. നിലവിളിക്കും. "ഇവളുടെ കല്യാണം കാണാൻ എനിക്ക് ഭാഗ്യമുണ്ടാകുമോ ആവോ" എന്ന് പരിതപിക്കും.

ഞങ്ങൾ സെർസി അബ്ദുള്ളയുടെ വീട്ടിലേക്ക് താമസം മാറ്റിയിട്ട് ഒരാഴ്ച കഴിഞ്ഞിട്ടേയുള്ളൂ. ഒരു ദിവസം സാദെത് വാതിൽക്കൽ മുട്ടി, ഒരു പാത്രം നിറയെ മുന്തിരിയിലകളുമായെത്തി.

അവളെങ്ങനെ എന്റെ അച്ഛനിൽ നോട്ടമിട്ടു എന്നെനിക്കറിയില്ല.

സെർസി അബുള്ളയുടെ ഭാര്യ സാദിയ അവളെ പ്രോത്സാഹിപ്പിച്ചു എന്നൊരു കിംവദന്തിയുണ്ട്. "ഇവർ പാവങ്ങളാണ്. പരമദരിദ്രർ. വല്ലാത്ത മോശം അവസ്ഥയിലാണവർ. ബന്ധുക്കളൊന്നുമില്ല. പണമില്ല. ഇവർക്ക് ഇവിടെ താമസിക്കാൻ അനുവാദം നൽകിയതിന് എമിൻ എഫേന്തിയുടെ ദയാവായ്പിനും എന്റെ ഭർത്താവിന്റെ കാരുണ്യത്തിനും നന്ദി പറയണം. സാദത്തേ, നീ എന്റെ മകളെപ്പോലെയാണ്. ഇവർക്ക് മേൽ ശ്രദ്ധവേണം. അവരുടെ അടുക്കളയിലും കലവറയിലും ഒന്നുമില്ല. ഒരു എലിയെങ്ങാൻ അബദ്ധവശാൽ അതിനകത്ത് കയറിയാൽ അത് പട്ടിണികിടന്ന് ചത്ത് പോകും."

ആ പ്രായത്തിലും അച്ഛന്റെ സൗന്ദര്യം ആരേയും ആകർഷിക്കുന്നതായിരുന്നു എന്ന് എനിക്കറിയാം. ഞങ്ങൾ ഒന്നിച്ച് നടക്കാനിറങ്ങിയാൽ, പലരും രണ്ട് തവണയെങ്കിലും തല തിരിച്ച് നോക്കുന്നത് ഞാൻ കണ്ടിട്ടുണ്ട്. അത്രയ്ക്ക് സുന്ദരനായിരുന്നു അച്ഛൻ.

തനിക്ക് ലഭിക്കുന്ന ശ്രദ്ധയിൽ അച്ഛനും സന്തോഷവും അഭിമാനവും തോന്നിയിരുന്നു. എന്നാൽ ഈ സ്ത്രീകൾക്കൊന്നും തിരികെ അതുപോലൊരു നോട്ടം, ഇത്തിരി സന്തോഷിക്കാനുള്ള അവസരം അച്ഛൻ നൽകില്ലായിരുന്നു. "അവരിൽ നിനക്ക് താത്പര്യമില്ല എന്നൊരു ചിന്ത

മുസ്തഫ കുത്‌ലു

വളർത്തുകയാണ് പെണ്ണുങ്ങളുമായി ഇടപഴകുവാൻ ഏറ്റവും നല്ല സൂത്രം" എന്ന് അച്ഛൻ എന്നോട് പറയാറുണ്ടായിരുന്നു. ഞാൻ നേരത്തെ പറഞ്ഞു വല്ലോ, ഞങ്ങൾ നല്ല സുഹൃത്തുക്കളാണ്. അധികം താമസിയാതെ അവർ എന്റെ കാര്യങ്ങളിലും ശ്രദ്ധിക്കാനാരംഭിച്ചു. ഹോംവർക്കിൽ സഹായിക്കുക, എനിക്ക് സ്‌ട്രോബറി ജാം, മാതള നാരങ്ങയുടെ സിറപ്പ്, കേക്ക്, പാസ്ട്രി എന്നിവപോലെയുള്ള ഭക്ഷണം കൊണ്ടുവന്ന് തരിക എന്നിങ്ങനെയുള്ള കാര്യങ്ങളിൽ ശ്രദ്ധിച്ച് തുടങ്ങി. ഇതെല്ലാം ചെയ്ത് അവർ പരോക്ഷമായി അച്ഛനോട് "നിങ്ങളുടെ മകന്റെ കാര്യങ്ങളിൽ ഞാൻ എത്ര ശ്രദ്ധിക്കുന്നു എന്നൊന്ന് നോക്കൂ" എന്ന് പറയുകയാണെന്ന് തോന്നി. ആ സ്നേഹം അച്ഛൻ തിരിച്ച് നൽകിയോ എന്ന് എനിക്കറി യില്ല. അറിയുമെങ്കിലും ഞാനത് നിങ്ങളോട് പറയില്ല.

എനിക്കറിയാവുന്നത്, അച്ഛൻ തന്റെ ആയുഷ്കാലം മുഴുക്കെ അമ്മയെ സ്നേഹിച്ചിരുന്നുവെന്നും അമ്മയ്ക്ക് നൽകിയ സ്നേഹം മറ്റാർക്കും പകുത്ത് നൽകിയില്ല എന്നുമാണ്.

അച്ഛൻ അവരുടെ കല്യാണ ഫോട്ടോയിൽ നിന്നും അമ്മയുടെ ഫോട്ടോയെടുത്ത് വലുതാക്കി ഫ്രെയിം ചെയ്ത് ചുമരിൽ തൂക്കിയിരുന്നു. എന്നും വീട്ടിൽ നിന്ന് ഇറങ്ങുന്നതിനു മുമ്പ് അമ്മയുടെ ഫോട്ടോയിലേക്ക് പല തവണ നോക്കുക അച്ഛന്റെ സ്വഭാവമായിരുന്നു.

ഈ ആചാരം അച്ഛനെ ദുഃഖിതനാക്കും എന്ന് പലരും കരുതിയേക്കും. എന്നാൽ സംഭവിച്ചിരുന്നത് തിരിച്ചായിരുന്നു. അമ്മയുടെ മുഖം കണ്ടാൽ അച്ഛൻ കൂടുതൽ ഉന്മേഷവാനാകും. മുഖം ജ്വലിക്കും. ചുണ്ടിലൊരു ചൂളം വിളി വരും. ഇത്രയുമായാലേ അച്ഛൻ പുറത്തിറങ്ങുകയുള്ളൂ.

അച്ഛന്റെ ശരീരത്തിലൂടെ അമ്മ പാടുകയാണെന്ന് അപ്പോൾ എനിക്ക് തോന്നാറുണ്ട്. അമ്മ മധുരമായി പാടുമായിരുന്നു. ഹാമിയേതിനും സഫിയേയ്ക്കും[1] ഇടയിലൊരു സ്വരം എന്ന് പറയാം. ഞങ്ങൾ ഞങ്ങളുടെ വാഗൺ വീട്ടിലായിരുന്ന കാലത്ത് അച്ഛനും അമ്മയും ജാലകത്തിനരി കിൽ നദിയിലേക്ക് നോക്കിയിരുന്ന് പാടാറുണ്ടായിരുന്നു.

> "ഞാൻ എന്റെ ഹൃദയത്തിലുള്ള
> ആ പഴയ ദിനങ്ങളെ
> സന്തോഷത്തോടെ ഓർക്കുമ്പോൾ..."
>
> അല്ലെങ്കിൽ
>
> "ഹൃദയത്തിന്റെ അടിത്തട്ടിൽ നിന്നും
> വരുന്ന ഈ ഗാനങ്ങൾ..."

ചിലപ്പോൾ അച്ഛൻ മൗത്ത് ഓർഗൺ വായിക്കുന്നത് കേട്ടായിരിക്കും ഞാൻ ഉണരുന്നത്. ടൈപ്പ് റൈറ്ററിലെ ജോലിക്ക് അച്ഛൻ ഒരു ഇടവേള കൊടുക്കും, ജാലകത്തിലൂടെ പുറത്തേക്ക് നോക്കിയിരിക്കും, തോട്ടത്തിൽ

---

[1] ടർക്കിഷ് സംഗീത ലോകത്തിലെ രണ്ട് പ്രശസ്ത ഗായികമാർ

കാറ്റിലാടികളിക്കുന്ന മരങ്ങളെ നോക്കിയിരിക്കും. എന്നിട്ട് ഒന്നിനു പുറകെ ഒന്നായി ശോകഗാനങ്ങൾ ആലപിക്കാനാരംഭിക്കും. ആ ഉപകരണം വായിക്കേണ്ടതെങ്ങനെ എന്ന് പഠിക്കാൻ എനിക്കൊരിക്കലും സാധിച്ചിട്ടില്ല. അത് കൈയിലെടുത്താൽ എനിക്ക് അമ്മയെ ഓർമ്മവരും. അമ്മയുടെ നിറം മങ്ങിയ കോട്ടും കീറിയ ഷൂസും ഓർമ്മവരും.

പക്ഷേ എനിക്കോർമ്മയുള്ള മുഖമല്ല, ചുമരിലെ ഫോട്ടോയിൽ കാണുന്ന അമ്മയുടേത്.

വീട്ടിൽ ഒറ്റയ്ക്കാകുമ്പോൾ ഞാൻ ആ ഫോട്ടോയിലേക്ക് നോക്കി എല്ലാം മറന്നിരിക്കും. അമ്മയുടെ പട്ടുപോലത്തെ സ്വർണ്ണമുടിയോർക്കും. ആകാശനീല കണ്ണുകളോർക്കും. അമ്മയിപ്പോൾ ആ ഫോട്ടോയിൽ നിന്നിറങ്ങി വരും എന്നെനിക്കപ്പോൾ തോന്നും. സെർസി അബ്ദുള്ളയ്ക്കും സാദിയേയ്ക്കും വളരെ വൈകിയാണ് ഒരു കുഞ്ഞുണ്ടായത്. അവർ ആശയെല്ലാം വെടിഞ്ഞിരിക്കുമ്പോഴാണ് ദൈവം അവർക്കൊരു മകനെ സമ്മാനമായി നൽകിയത്. ജീവിതത്തിന്റെ അവസാനത്തിൽ എത്തിച്ചേർന്ന ഈ സന്തോഷത്തിൽ അവർ മതിമറന്നിരിക്കുമ്പോൾ, ആ പാവം കുഞ്ഞിന് ഒരു രോഗം വന്നു. ചികിത്സിച്ച് മാറ്റാനാകാത്ത ഒരു രോഗം. മൾട്ടിപ്പിൾ സ്ക്ലെറോസിസ് എന്ന രോഗം. അക്കാലത്തെ അവസ്ഥകളും അവരുടെ ദാരിദ്ര്യവും ആ കുഞ്ഞിനു വേണ്ട ചികിത്സ നൽകാൻ അവരെ അനുവദിച്ചില്ല. ആ കുഞ്ഞ് നരകിക്കുകയായിരുന്നു. ഞാൻ കാണുമ്പോഴേക്കും തീരെ നടക്കാൻ വയ്യാതായിട്ടുണ്ടായിരുന്നു. അന്തർമുഖനായിരുന്നു അവൻ. എളുപ്പം വ്രണപ്പെടുന്ന സ്വഭാവം. എന്നാൽ അതുപോലെ തന്നെ ആകാംക്ഷയും എല്ലാം അറിയാനുള്ള ജിജ്ഞാസയുമുണ്ട്. വായന വലിയ ഇഷ്ടമായിരുന്നു അവന്.

അവരവനെ ജാലകത്തിനരികിൽ പിടിച്ചിരുത്തും. തെരുവിലേക്ക് നോക്കി അവൻ ദിവസം മുഴുക്കെയിരിക്കും. അങ്ങനെ പുറത്ത് നടക്കുന്ന ജീവിതം കണ്ട് ആസ്വദിക്കും. സ്വയം വിനോദിക്കും. അവരുടെ ബന്ധുക്കളിലൊരാൾ കുറച്ച് കാലം ജയിലിൽ കഴിഞ്ഞിട്ടുണ്ട്. അയാൾ സെലാലിന് മാല കോർക്കേണ്ടതെങ്ങിനെ എന്ന് പഠിപ്പിച്ചു. അതൊരു അനുഗ്രഹമായി. ഒരിക്കൽ മുത്തുകളുടെ വർണ്ണരാജിയിൽ മുഴുകിക്കഴിഞ്ഞാൽ പിന്നെ ചുറ്റിലും നടക്കുന്നതെല്ലാം അവൻ മറക്കും. അത്രയ്ക്ക് സർഗ്ഗാത്മകതയുള്ള ഒരുവനായിരുന്നു അവൻ. അവന്റെ മനസ്സിന് പെട്ടെന്ന് മുറിവേൽക്കാറുണ്ട് എന്നും ഞാൻ പറഞ്ഞുവല്ലോ.

അവൻ ബ്രേസ്ലെറ്റുകൾ, നെക്ലേസുകൾ, ഏലസ്സുകൾ, എന്നിവ തുടങ്ങി പൂക്കൾവരെ നിർമ്മിക്കുമായിരുന്നു. ഒരിക്കൽ അവൻ ഒരു വളയത്തിനു മുകളിലിരിക്കുന്ന രണ്ട് കിളികളെയുണ്ടാക്കി. ദീർഘദൂര ലോറികളിൽ അതിലെ ഡ്രൈവർമാർ ലോറിയുടെ കണ്ണാടിക്കരികിലൊക്കെ തൂക്കിയിടുന്നത് കണ്ടിട്ടില്ലേ, അതുപോലെ ഒന്ന്. വണ്ടിയോടുമ്പോൾ അത് കിടന്നാടും. അങ്ങനെ വണ്ടിക്കകത്തിരുന്ന് അവ പാടുകയാണെന്ന

തോന്നലുണ്ടാകും. സെലാലിന്റെ അച്ഛൻ ഇവ തന്റെ കടയിൽ കൊണ്ടുപോയി വിൽക്കും. അങ്ങനെ ശരീരം അനക്കാനാകാത്ത ആ അവസ്ഥയിലും അവൻ തന്റെ വീട്ടിലെ വരുമാനത്തിന് തന്നാലാകുന്ന പങ്ക് നൽകി. മറ്റു ജോലികളൊന്നുമില്ലാത്ത ദിവസങ്ങളിൽ, അതായത് ജോലിക്കോ സ്കൂളിലേക്കോ പോകാത്ത ദിവസങ്ങളിൽ, ഉച്ചകഴിഞ്ഞാൽ, വീടിന്റെ മുൻഭാഗത്ത് തണൽ വന്നാൽ, സെലാൽ ജാലകത്തിനരികിലിരിക്കുമ്പോൾ ഞാനവിടെ എത്തും. ഒരു മൂലയിൽ ഒരു മരക്കസേരയിട്ടിരിക്കും. മണിക്കൂറുകളോളം സംസാരിച്ചിരിക്കും. ചിലപ്പോൾ അവൻ മാല കോർക്കുകയാകും. അപ്പോൾ അച്ഛന്റെ പുസ്തകങ്ങൾ ഞാൻ കയ്യിലെടുക്കും. പനൈത് ഇസ്ത്രാതിയുടെ, 'ദ തിസിൽസ് ഓഫ് ബാരഗൻ' അല്ലെങ്കിൽ ദസ്തയെവ്സ്കിയുടെ 'വൈറ്റ് നൈറ്റ്സ്'. ചിലപ്പോൾ തർഗെനീവിന്റെ 'ഫസ്റ്റ് ലവ്' ഞാൻ ഉറക്കെ സെലാലിനെ വായിച്ച് കേൾപ്പിക്കാറുണ്ട്.

ഞങ്ങളങ്ങനെ ഞങ്ങളുടെ കൗമാരത്തെ ഈ പുസ്തകത്തിലെ കഥകളുമായി ലയിപ്പിച്ച് ചേർത്തിരിക്കുമ്പോൾ ഗേൾസ് ആർട്സ് ആൻഡ് ക്രാഫ്റ്റ് സ്കൂൾ വിട്ട് പെൺകുട്ടികൾ അതുവഴി വന്നുതുടങ്ങും. ഈ സ്കൂളിലെ കുട്ടികൾ ലൈസ് സ്കൂളിലെ കുട്ടികളേക്കാൾ കുറച്ചുകൂടി പ്രായവും പക്വതയുമുള്ളവരാണ്. അതിനു പുറകെ പട്ടണത്തിലെ യുവാക്കൾ നടക്കാനിറങ്ങും. അവർ ഇതിലേതെങ്കിലും പെൺകുട്ടിയെ പിന്തുടരുകയാകും. എന്നാൽ മറ്റേന്തോ കാര്യത്തിനതുവഴി പോകുകയാണെന്ന ഭാവമായിരിക്കും അവരുടെ മുഖത്ത്.

അപ്പോൾ ആയ്ല ഏതെങ്കിലുമൊരു മൂലയിൽ നിന്നും പ്രത്യക്ഷപ്പെടും. സുന്ദരമായ വട്ടമുഖവും തവിട്ട് മുടിയുമുള്ള ആയ്ല. സർക്കാർ വക്കീലിന്റെ, പ്രോസിക്യൂട്ടറുടെ, മകളായ ആയ്ല! പെൺകുട്ടികളിൽ ഏറ്റവും സുന്ദരിയായ ആയ്ല! അത് മാനസിക പിരിമുറുക്കം തരുന്ന നിമിഷങ്ങളാണ്. സെലാലിന്റെ കൈകൾ വിറയ്ക്കുന്നത് കാണാം. അയാൾ കൊരുക്കുന്ന മുത്തുമണികൾ ജാലകത്തിലൂടെ പുറത്തേക്ക് വീഴും. ഞാനാകട്ടെ ശ്വാസമടക്കിപ്പിടിച്ച് നോക്കിനിൽക്കും. ആ പെൺകുട്ടിയാകട്ടെ, ഞങ്ങളിരുവരേയും ഒന്നിച്ച് പ്രണയിക്കാൻ തീരുമാനിച്ചിരിക്കുന്നു എന്നതുപോലെ ഞങ്ങളെ നോക്കി പിടിക്കാത്ത ഒരു പുഞ്ചിരി നൽകും. അടുത്ത വളവ് തിരിഞ്ഞ് അപ്രത്യക്ഷയാകും.

അപ്പോൾ എനിക്കും സെലാലിനും ഞങ്ങൾ ശ്വാസമെടുത്തിട്ട് നേരമിത്തിരിയായല്ലോ എന്ന് ഓർമ്മവരും. ഞങ്ങൾ പരസ്പരം നോക്കും. അദ്ഭുതത്തോടെ വാ പൊളിച്ച് പരസ്പരം നോക്കും. പിന്നെ ആ നോട്ടം അവൾ മറഞ്ഞ് പോയ തിരിവിലേക്ക് മാറും. അവളുടെ ഒരു ഗന്ധം, ഒരു നിറം, അതല്ലെങ്കിൽ മറ്റൊരു തുമ്പ് അവളവിടെ എവിടെയെങ്കിലും ഉപേക്ഷിച്ചിട്ടുണ്ടോ എന്ന് ഞങ്ങൾ അന്വേഷിക്കുകയാണെന്ന് തോന്നും ആ നോട്ടം കണ്ടാൽ. പിന്നെ ദീർഘനേരം സെലാലിന് സെലാലാകാൻ കഴിയില്ല. മണികളിൽ നൂലുകോർക്കാനാകില്ല. കുറേ കഴിയുമ്പോൾ ഞാൻ

എന്തെങ്കിലും ബാലിശമായ ഒഴികഴിവ് കണ്ടെത്തും. "തൊണ്ട വരളുന്നു. തോട്ടത്തിൽ നിന്ന് എന്തെങ്കിലും പഴം തിന്നാൻ കിട്ടുമോ എന്ന് നോക്കട്ടെ," എന്ന് പറഞ്ഞ് അവിടെ നിന്നിറങ്ങും.

ആ വർഷത്തെ ശരത്കാലത്തിൽ, കാറ്റ് വഴികളെ തൂത്ത് വൃത്തിയാക്കാൻ ആരംഭിച്ചപ്പോൾ, സെർസി അബ്ദുള്ളയും, എന്റെ അച്ഛനും എമിൻ എഫേന്തിയും തമ്മിൽ ഒരു ചർച്ചയുണ്ടായി. അവരൊരു പദ്ധതിയിട്ടു. കാലാവസ്ഥ മോശമാകുമ്പോൾ അതുകൊണ്ട് അബ്ദുള്ളയ്ക്കുണ്ടാകുന്ന ബുദ്ധിമുട്ടുകളിൽ നിന്ന് അയാൾ രക്ഷിക്കാൻ അവർ അബ്ദുള്ള തന്റെ പെട്ടിക്കട ഉയർത്തിയ സ്ഥലത്ത് ഒരു കിയോസ്ക് പണിയും. ഇതിനായി അവർ കൈവേല ചെയ്യുന്ന താതർക്ക് കരാറും നൽകി.

ആദ്യമഞ്ഞ് വീഴുന്നതിനു മുമ്പ് മേൽക്കൂര പണിത് തരാം എന്ന് താതർ ഉസ്ത വാഗ്ദാനം ചെയ്തു.

ആദ്യത്തെ ആഴ്ചയിൽ അവർ തറയും ചുമരും പണിതീർത്തു. പിന്നെ, മേൽക്കൂര, മരം കൊണ്ടുള്ള മുൻവശം, ഷട്ടറുകൾ എന്നിവ ബാക്കിയായി. അതിനുള്ള സാമാനങ്ങൾ ഹോട്ടലിനു മുന്നിൽ ഇറക്കിക്കൊണ്ടിരുന്ന സമയത്ത്, സുരക്ഷാഭടനും അയാളുടെ മകനുമായ ഇസ്കന്തർ സോപുറോഗ്ലു തന്റെ സഹായികളുമായി അവിടെ എത്തി.

വളരെ നീചസ്വഭാവമുള്ള ഒരുവനാണ് ഇസ്കെന്തർ എന്നാണ് പിന്നീട് എമിൻ എഫേന്തി പറഞ്ഞത്. തന്റെ മുൻജന്മത്തിൽ അയാൾ ഒരു പിടിച്ചു പറിക്കാരൻ പോലുമായിരുന്നില്ല, ഏതോ ഗൂഢ മാളികകളിലൊന്നിലെ നീച വേലക്കാരനായിരുന്നു എന്നാണ് ജനസംസാരം. പക്ഷേ അയാളുടെ ദുഷ്പ്രവർത്തികൾ മൂലം, അയാളുടെ സൂത്രങ്ങൾ എല്ലാവരും അറിഞ്ഞിരുന്നു. അതിനാൽ അയാൾക്ക് പെട്ടെന്ന് തന്നെ അപ്രത്യക്ഷനാകേണ്ടി വന്നു.

കഴിഞ്ഞ കുറേ വർഷമായി അയാളെ അറിയാവുന്നവർ പറയുന്നത്, അയാൾ ആദ്യം മലനിരകളിലെ കൊള്ളക്കാരോടൊപ്പമായിരുന്നു എന്നാണ്. പിന്നെ അവരെ വേട്ടയാടാൻ തുടങ്ങിയപ്പോൾ അയാൾ അപ്രത്യക്ഷനായി. അതിനു ശേഷം വളരെ വർഷം കഴിഞ്ഞ് രാജ്യത്ത് ഒന്നിലധികം രാഷ്ട്രീയ കക്ഷികൾക്ക് അനുവാദം ലഭിച്ചപ്പോൾ അയാൾ ഒരു ഒരു ദുർദ്ദശയായി അവതരിക്കുകയായിരുന്നു.

രണ്ടാമതും പ്രത്യക്ഷപ്പെട്ട അയാൾ രാഷ്ട്രീയക്കാർക്ക് വേണ്ടി കുഴലൂതി. നിയമവ്യവസ്ഥയിൽ നിന്നും വ്യതിചലിച്ച് നടന്ന അവസരങ്ങളിൽ അയാൾ ധീരൻ എന്ന ഖ്യാതി നേടി. പിന്നെ അയാൾ ഈ ഇരട്ടപ്പേര് തന്റെ ഇരട്ടപ്പേര് ആയി സ്വീകരിച്ചു. ഇയാളെപ്പോലെ പ്രതിയോഗികൾ എന്ന് വിളിക്കാവുന്നവരായിരുന്നു കാമിൽ സെകി ബെ. അയാൾ രാജ്യത്ത് ഏക പാർട്ടിശാസനമുണ്ടായിരുന്നപ്പോൾ മേയറായിരുന്നു. അയാളാണ് സോപുറോഗ്ലുവിനെ കാർസിയാഗാസിയായി നിയമിച്ചത്. അതായത് മകനെ അങ്ങാടിയുടെ സംരക്ഷകനായ പൊലീസായി. അങ്ങനെ

സെകിബെ തന്റെ വിഴുപ്പെല്ലാം അലക്കാൻ സോപുറോഗ്ലുവിനെ ഏല്പിച്ചു. കാമിൽ ബെ അന്തരിച്ചതിനു ശേഷം, ഈ വൃത്തികെട്ട മനുഷ്യൻ സ്വതന്ത്രനായി. അയാളുടെ ഭരണമായി. എങ്ങനെയൊക്കെയോ അയാൾ മേയറുമായി.

സെർസി എന്ന പട്ടാളനേതാവിനെ അവഗണിച്ച് സോപുറോഗ്ലു എന്റെ അച്ഛനെയും എമിൻ എഫേന്തിയേയും അഭിസംബോധന ചെയ്തു. നിങ്ങൾ ഈ ചെയ്യുന്നത് നിയമവിരുദ്ധമാണെന്ന് പറഞ്ഞ് തുടങ്ങി. "അനുവാദമില്ലാതെയാണ് ഈ അടിത്തറ പണിതിരിക്കുന്നത്. ഇത് കൗൺസിലിന്റെ ഭൂമിയാണ്. ഈ കെട്ടിടം ഇടിച്ച് നിരത്തണം."

അച്ഛൻ ശാന്തനായി മറുപടി പറഞ്ഞു.

"അതിനുള്ള പ്രമാണമെവിടെ? ഈ ഭൂമിയുടെ ആധാരമെവിടെ? ഈ ഭൂമി ഇതുവരേക്കും ഒരു റജിസ്റ്ററിലുമില്ല. അതല്ല തെളിവുണ്ടെങ്കിൽ കാണിക്കൂ. അത് കാണിച്ചാൽ ഞങ്ങൾ ഈ കെട്ടിടം പൊളിക്കാം."

എമിൻ എഫേന്തിയും എതിർത്തു.

"നിങ്ങൾ എന്താണീ പറയുന്നത്? ഇത് ഏത് കൗൺസിലിന്റെ ഭൂമിയാണെന്നാണീ പറയുന്നത്? ഈ തുണ്ട് ഭൂമി എന്നും ഞങ്ങളുടെ ഹോട്ടലിന്റേതായിരുന്നു. ഇപ്പോഴുമതെ. എല്ലാവർക്കും അതറിയാം."

എന്നാൽ അയാളിൽ വിഷമെത്രയുണ്ടെന്നറിയാവുന്നതിനാൽ അയാളുമായി ഒരു മത്സരത്തിന്, വാഗ്വാദത്തിന് എമിൻ എഫേന്തി തയ്യാറായില്ല. മാത്രമല്ല, അയാൾ വൃദ്ധനുമായിരുന്നല്ലോ. അധികം സംസാരിക്കാതെ എമിൻ എഫേന്തി പ്രാർത്ഥന ചൊല്ലി കാപ്പിക്കടയ്ക്കകത്ത് കയറി.

ഇത്രയുമായപ്പോൾ ശരിയായ പ്രതിയോഗി എന്റെ അച്ഛനായിരിക്കും എന്ന് സോപൂറിന് മനസ്സിലായി. അയാൾ അച്ഛനു നേരെ തിരിഞ്ഞു. അയാളുടെ കണ്ണിലപ്പോൾ ഒരു ഭ്രാന്തൻ നോട്ടമുണ്ടായിരുന്നു.

"അങ്ങനെയാണോ? നിങ്ങൾക്ക് ഔദ്യോഗിക രേഖകൾ കാണണം അല്ലേ? പൊണ്ണൻ, അപരിഷ്കൃതൻ. ഞാൻ കൊണ്ടുവരാം അത്. പെറ്റീഷനെഴുതാൻ നടക്കുന്ന വിഡ്ഢി" എന്നൊക്കെ ഉച്ചത്തിൽ വിളിച്ച് പറഞ്ഞ് അയാൾ സ്ഥലം വിട്ടു. അയാളുടെ യഥാർത്ഥ ലക്ഷ്യം അബ്ദുള്ളയെ അവിടെ നിന്ന് ഒഴിവാക്കി ആ സ്ഥലം അയാളുടെ ഒരു ബന്ധുവിന് നൽകുക എന്നതായിരുന്നു എന്ന് പിന്നീട് ഞങ്ങൾ മനസ്സിലാക്കി.

അന്ന് രാത്രി പൊലീസ് ഞങ്ങളുടെ വീട് റെയ്ഡ് ചെയ്തു. വീട്ടിൽ "നിയമവിരുദ്ധമായ പ്രസിദ്ധീകരണങ്ങൾ" സൂക്ഷിച്ചിരിക്കുന്നു എന്ന് ആരോ പൊലീസിൽ പരാതി നൽകിയിരുന്നു.

ഞങ്ങളുടേത് വളരെ ചെറിയ വീടായിരുന്നു. ഒന്നും ഒളിച്ചുവയ്ക്കാനാകാത്ത വീട്. അതുമുഴുക്കെ തിരയാൻ പൊലീസിന് അധികം

സമയമൊന്നും വേണ്ടിവന്നില്ല. അവരുടെ താത്പര്യം അച്ഛന്റെ പുസ്തകങ്ങളിൽ മാത്രമായിരുന്നു.

അവരുടെ തിരച്ചിൽ കുപ്രസിദ്ധമായ മേശവലിപ്പിലെത്തി. അത് കണ്ടപ്പോൾ അച്ഛന്റെ മുഖം ചുവന്നു. പ്രേതത്തെപ്പോലെ ചുവന്നു. അച്ഛൻ തന്റെ പരിഭ്രമം മറച്ച് പിടിക്കാൻ ശ്രമിക്കുന്നുണ്ടായിരുന്നു. ഭയത്തെ മറയ്ക്കാൻ ചൂളം വിളിക്കുക എന്നത് അച്ഛന്റെ സ്വഭാവമായിരുന്നു. എന്നാൽ ഇത് ചൂളം വിളിക്കുള്ള സമയമായിരുന്നില്ല. പൊലീസ് ഇൻസ്പെക്ടറുടെ മുഖത്ത് നോക്കി ചൂളം വിളിക്കുക എന്ന രംഗമൊന്ന് ഓർത്തു നോക്കൂ! ചൂളം വിളിച്ചില്ലെങ്കിലും അച്ഛൻ ചുണ്ട് ചുരുട്ടി, വിസിലടിക്കുന്നതുപോലെ ചുണ്ടുകോട്ടി. മേശവലിപ്പ് തുറക്കപ്പെട്ടു. കുടുംബ ഫോട്ടോകൾ. അമ്മയുടെ വിളറിയ നീല ഉടുപ്പ്. അമ്മയ്ക്കേറ്റവും ഇഷ്ടപ്പെട്ട ഡി കോളോണിന്റെ കുപ്പി. അത് തന്റെ പ്രണയമറിയിക്കാൻ അച്ഛൻ അമ്മയ്ക്ക് കൊടുത്തതാണ്. പോർസ്ലീൻ കൊണ്ടുണ്ടാക്കിയ ഒരു ചെറിയ മാൻ. വെയിലത്തുപയോഗിക്കുന്ന ഒരു കണ്ണട - അതിൽ ഒരു ചില്ലില്ലായിരുന്നു. എന്റെ മൗത്ത് ഓർഗൺ. ചില കടലാസുകൾ. പെൽവാൽ സൂലൂമാൻ ഗുസ്തിപിടിക്കുമ്പോൾ കയ്യിൽ ചുറ്റിയിരുന്ന ഉറുമാൽ. പൊലീസ് ഇതെല്ലാം വാരിവലിച്ചിട്ട് നോക്കി. അവസാനം "ഇവിടെ ഒന്നുമില്ല" എന്ന് പ്രഖ്യാപിച്ചു.

അച്ഛന് തുടർന്നും ശ്വാസമടക്കിപ്പിടിച്ച് നിൽക്കാനായില്ല. അച്ഛന്റെ ചുണ്ടിൽ നിന്നും ചൂളം വിളി ഉയർന്നു. എല്ലാവരും പരസ്പരം നോക്കി അദ്ഭുതപ്പെട്ടു. "അതെന്താ" എന്ന് ചോദിക്കുന്നതുപോലെ അദ്ഭുതപ്പെട്ടു. പിന്നെ എല്ലാവരും ഒന്നിച്ച് ചിരിച്ചു. "ബുദ്ധിമുട്ടിച്ചതിൽ മാപ്പ് അലി ബെ!" ഇൻസ്പകടർ പറഞ്ഞു. കോടതിയിൽ വച്ച് അച്ഛനെ അയാൾ കണ്ടിട്ടുണ്ട്. പരിചയമുണ്ട്. "ഒരു വിഷമവുമില്ല. നിങ്ങൾ ചെയ്യുന്നത് നിങ്ങളുടെ ജോലിയാണ്!"എന്നായിരുന്നു അച്ഛന്റെ മറുപടി. അവരെല്ലാം ഒന്നിച്ച് പുറത്തിറങ്ങി. ഇൻസ്പക്ടർ കുറച്ച് നേരം അച്ഛനുമായി സംസാരിച്ച് നിന്നു. അതിനുശേഷം അവർ പോയി. ഞാനും അച്ഛനും തനിച്ചായി. ഞാൻ അപ്പോൾ ജാലകത്തിനരികിലിരിക്കുകയായിരുന്നു. അച്ഛൻ മുറിയുടെ മദ്ധ്യത്തിലിരുന്ന് എന്നെ തുറിച്ച് നോക്കി. സംസാരം തുടങ്ങേണ്ടത് എന്റെ കടമയായി. ഒരക്ഷരം പറയാതെ, ഞാൻ ജാലകം തുറന്നു. ആപ്പിൾ മരത്തിന്റെ ശാഖയിൽ കെട്ടിവച്ചിരുന്ന സഞ്ചി വലിച്ചെടുത്തു. അച്ഛൻ നിശ്ശബ്ദനായി ആ കാഴ്ച കണ്ട് നിന്നു.

അത് എന്റെ സ്പോർട്സ് സാധനങ്ങൾ സൂക്ഷിക്കുന്ന സഞ്ചിയായിരുന്നു. ഞാനത് തുറന്നു. അതിൽ നിന്ന് ആദ്യം എന്റെ കീറിയ കാൻവാസ് ഷൂസ് പുറത്ത് ചാടി. പിന്നെ ജോഗ്ഗിങ്ങിന് ഞാനിടുന്ന ട്രൗസർ. മുഷിഞ്ഞ ബനിയൻ. നാറുന്ന സോക്സ്.

അതിന്റെ അടിയിൽ നിന്ന് അച്ഛന്റെ കടലാസുകെട്ട്.

ആ കടലാസുകെട്ടിൽ അച്ഛൻ എഴുതി നിറച്ചതെല്ലാമുണ്ടായിരുന്നു.

പല രാത്രികളിൽ ഉറക്കം കളഞ്ഞിരുന്ന് ടൈപ്പ് റൈറ്ററിൽ ടൈപ്പ് ചെയ്തെടുത്തതെല്ലാം.

അച്ഛന്റെ കണ്ണുകൾ അദ്ഭുതം കൊണ്ട് വിടർന്നു. അദ്ദേഹത്തിന്റെ ചുണ്ടിലേക്ക് സ്വതസിദ്ധ പുഞ്ചിരി തിരിച്ചെത്തി. എന്നെ ആലിംഗനം ചെയ്തു. "എന്റെ സിംഹമേ! ധീരനായ എന്റെ കൊച്ചുസിംഹമേ!" അച്ഛൻ എന്നെ എടുത്തുയർത്തി വട്ടം കറക്കി. മുറിയിൽ സന്തോഷം നിറഞ്ഞു.

ഞങ്ങൾ ഒന്നിച്ച് കെട്ടിമറിഞ്ഞു. പിന്നെ ശ്വാസം കിട്ടാതെ ഉരുണ്ടു.

രണ്ട് പേരും ശാന്തമായപ്പോൾ അച്ഛൻ ചോദിച്ചു, "എങ്ങനെ സാധിച്ചു. എന്നോട് പറയ്."

ആദ്യം ഞാനൊന്ന് അധൈര്യപ്പെട്ടു. എന്നാൽ അച്ഛന്റെ മാനസികാവസ്ഥ സത്യം പറയാൻ എന്നെ പ്രോത്സാഹിപ്പിച്ചു. "എനിക്കെന്നും അറിയണമെന്നുണ്ടായിരുന്നു. അച്ഛൻ ഇത്രയും വർഷം ഇരുന്ന് എന്താണീ എഴുതുന്നത് എന്നറിയണം എന്ന ആഗ്രഹം എന്നുമുണ്ടായിരുന്നു. എന്നോട് ക്ഷമിക്കണം. അച്ഛന്റെ അനുവാദമോ അറിവോ ഇല്ലാതെ ഞാൻ ഒരു കാര്യം ആദ്യമായി ചെയ്തതാണ്."

ആ ആകാംക്ഷയുടെ വിത്ത് ചെകുത്താൻ എപ്പോഴാണെന്റെ മനസ്സിൽ നട്ടത് എന്ന് എനിക്കറിയില്ല. ഒരു ദിവസം ഞാൻ എന്റെ ഭൂമിശാസ്ത്ര ഹോം വർക്കിന്റെ ഭാഗമായി യൂറോപ്പിന്റെ ഭൂപടം വരയ്ക്കുകയായിരുന്നു. അത് കഴിഞ്ഞപ്പോൾ ഈ മേശവലിപ്പ് എന്റെ ശ്രദ്ധയാകർഷിച്ചു. ഞാനത് തുറന്നു. അച്ഛനത് പൂട്ടിവയ്ക്കാറില്ലല്ലോ.

ഞങ്ങളുടെ കുടുംബത്തിന്റെ സ്വകാര്യ ചരിത്രത്തിലേക്കും അച്ഛന്റെ സ്വകാര്യതയിലേക്കുമുള്ള എന്റെ ആദ്യ എത്തിനോട്ടമായിരുന്നു അത്. അന്ന് പൊലീസ് വലിച്ചിട്ട എല്ലാ വസ്തുക്കളിലൂടേയും ഞാൻ വിരലോടിച്ചു. ഞാൻ ആ മൗത്ത് ഓർഗണിലേക്ക് ഊതി. അപ്പോൾ ധാരാളം കിളികളൊന്നിച്ച് ആ മുറിയിലെത്തി, അവയെല്ലാം ഞങ്ങളുടെ വാഗൺ വീട്ടിൽ നിന്നും വന്ന വിരുന്നുകാരായിരുന്നു.

ഞാൻ അച്ഛന്റെ കടലാസുപൊതി കണ്ടു. മാന്തളിർ നിറമുള്ള ഒരു റിബൺ കൊണ്ട് അത് കെട്ടിവച്ചിട്ടുണ്ടായിരുന്നു. ആ റിബണിനെ ചുരുട്ടി ഒരു ചരടുപോലെയാക്കിയാണത് കെട്ടിവച്ചിരുന്നത്. ഞാനാ കെട്ടഴിച്ചു. വായിക്കാനാരംഭിച്ചു. അടുക്കും ചിട്ടയുമില്ലാതെ പലയിടത്തുനിന്നുമായി. ഞാൻ വായിച്ചത് വർത്തമാന പത്രങ്ങളിൽ നിന്നും വെട്ടിയെടുത്ത് സൂക്ഷിച്ച ഏതാനും തുണ്ടുകളായിരുന്നു. എന്തിനെന്നറിയില്ല, അതിൽ ചില കുറിപ്പുകളും എഴുതിയിരുന്നു. വിദേശത്തേക്ക് പോകാനാഗ്രഹിക്കുന്ന തൊഴിലാളികൾക്ക് പുതിയ സൗകര്യങ്ങൾ. ഈ വിവരത്തെക്കുറിച്ച് തൊഴിൽ വകുപ്പ് മന്ത്രി അലി നൈലി എർദേം വിശദവിവരങ്ങൾ നൽകി.

അതിനടിയിൽ അച്ഛന്റെ കൈപ്പടയിൽ കുറിപ്പ്: "ഈ രാജ്യവും വിടേണ്ടി വരുമോ എന്ന് ഞാൻ അദ്ഭുതപ്പെടുന്നു."

ഫസീല രാജകുമാരിയുടെ (ഓട്ടോമൻ രാജവംശത്തിലെ ഹാൻസേഡ് സുൽത്താന്റേയും ഈജിപ്തിൽ നിന്നുള്ള രാജകുമാരൻ മെഹ്മത് അലി ഇബ്രാഹിമിന്റേയും മകൾ.) ഭർത്താവ്, ഹായ്‌രി സുവാത് ഊഗൂപ്ലുവിനെ സൈന്യത്തിൽ ചേർത്തിരിക്കുന്നു. നിർബന്ധ സൈന്യ സേവനം. ബാച്ച് 79 ലാണദ്ദേഹത്തെ ചേർത്തത്. സപ്ലൈ ഓഫീസറായിട്ടായിരിക്കും സേവനം. ആദ്യഭക്ഷണമായി അദ്ദേഹത്തിനു ലഭിച്ചത് വൻപയർ. അതിനടിയിൽ അച്ഛന്റെ കുറിപ്പ്: "പിന്നെ കേക്ക് ലഭിക്കുമെന്നാണോ അദ്ദേഹം കരുതിയത്? ഇത് പട്ടാളമാണ്." "റഫ്രിജറേറ്റർ, റൊക്കം പണം, 2.014 ലീറ, കടം 2.500 ലീറ. "താൻ രാജിവച്ച് ജർമ്മനിയിലേക്ക് കുടിയേറി അവിടെ വഴികൾ വൃത്തിയാക്കുന്ന തൂപ്പുകാരനാകും എന്ന അക്കീസ്സ മേയർ." അതിനോടൊപ്പം അച്ഛന്റെ കുറിപ്പ്. "നമ്മുടെ രാജ്യത്തിന്റെ ഇന്നത്തെ അവസ്ഥയുടെ ശരിയായ പ്രതിഫലനം." "TAPO (ടർക്കിഷ് പെട്രോളിയം) കംബൂർഗാസിലെ ടർക്കിഷ് ഗായകന്റെ തോട്ടത്തിൽ എണ്ണ നിക്ഷേപം തിരഞ്ഞു."

കുറിപ്പ്: "ഇനിയെന്ത്? ഇനി നമ്മൾ 'എണ്ണ ദേശസൽക്കരിക്കുക' എന്ന് ബഹളം വയ്ക്കും. അതിലെന്ത് കാര്യം? ആ ശബ്ദം ബധിരകാതുകളിലല്ലേ പതിക്കുക!"

"ഏറ്റിബാങ്കിലെ അംബാർലി എണ്ണശുദ്ധീകരണശാലയിൽ ജോലി ഒഴിവുകളുണ്ട്. യോഗ്യത: പട്ടാള ബാധ്യത ഉണ്ടാകരുത്. 27 വയസ്സിൽ അധികമാകരുത്. അപേക്ഷകൾ തപാൽ വഴി അയക്കുക. പോസ്റ്റ് ബോക്സ് 5 ക്യുസുകെംസി (ഇസ്താംബൂൾ)"

"വിവിധ രാജ്യങ്ങളിലെ പതിനാറ് നഗരങ്ങൾ സന്ദർശിച്ചതിനു ശേഷം "റബ്ബിഷ് ഇൻസ്പെക്ഷൻ കമ്മറ്റി" അതിന്റെ മൂന്ന് പേജുള്ള റിപ്പോർട്ട് ടൗൺ കൗൺസലിനു സമർപ്പിച്ചു. ചവറ് കത്തിച്ച് വളമാക്കി മാറ്റാൻ മുന്നൂറ് മില്ല്യൻ ലീറ വേണ്ടിവരും എന്നാണ് റിപ്പോർട്ടിൽ പ്രസ്താവിച്ചിട്ടുള്ളത്. അതിനാൽ അതിലും നല്ല മാർഗ്ഗം ഈ 'ചവറെല്ലാം കടലിൽ തള്ളുകയാണെന്നാണ്' അവരുടെ നിർദ്ദേശം.

കുറിപ്പ്: "ലജ്ജയില്ലാത്തവർ! ഇതിനായി പതിനാറ് യൂറോപ്യൻ രാജ്യങ്ങൾ നിങ്ങൾ സന്ദർശിച്ചു എന്ന് എനിക്ക് വിശ്വസിക്കാനാകുന്നില്ല. ഇതിനെക്കുറിച്ച് ഞാൻ എന്തായാലും എഴുതും."

ഈ കടലാസുകെട്ടുകൾ ഒരു നിധിപേടകം പോലെയായിരുന്നു.

വീട്ടിൽ തന്നെയുണ്ടാക്കി പരീക്ഷിക്കാവുന്ന ചികിത്സകളെക്കുറിച്ചുള്ള കുറിപ്പുകളുണ്ടതിൽ. ഉദാരണത്തിന് മൂലക്കുരുവിന് റോസാച്ചെടിയുടെ പഴത്തിന്റെ സത്ത് ഒറ്റമൂലിയായി പറഞ്ഞിരിക്കുന്നു. വർത്തമാന പത്രങ്ങൾ, മാസികകൾ എന്നിവയിൽ നിന്നും വെട്ടിയെടുത്ത ചില കഷണങ്ങൾ, സാമൂഹികവ്യവസ്ഥയെക്കുറിച്ചുള്ള ലേഖനങ്ങൾ, കവിതകൾ, തമാശകൾ, ചെറുകഥകൾ എന്നിവയുമുണ്ട്. അതിലൊരു കവിത താഴെക്കൊടുക്കുന്നു:

ആരാണ് വീരനായകൻ, ആരാണ് ധീരൻ
എന്നറിയാനാകാത്ത കാലത്താണ് നമ്മൾ വസിക്കുന്നത്
എല്ലാവർക്കും അവരുടെ മുറിവിനു ചികിത്സിക്കണം
എന്താണ് സഹനം, എന്താണ് രോഗശാന്തി, ആർക്കുമറിയില്ല.

നീതിയില്ല, പീഡനമേയുള്ളു
വസന്തം മറഞ്ഞുപോയി, റോസാപ്പൂക്കൾ വാടി
ലോകനിയമം തന്നെ കുടിലമാണ്
ആരാണാട്ടിൻ കുട്ടി, ആരാണു ചെന്നായ, ആർക്കുമറിയില്ല

ചക്രം തകർന്നിരിക്കുന്നു, ലോകം തെറ്റായ ദിശയിൽ നീങ്ങുന്നു
ദരിദ്രർക്കാശ്വാസമില്ല

താൻ എന്തു പറയുന്നു എന്ന് റുഹ്സാതി എന്ന കവിക്കു പോലുമറിയില്ല. എന്താണെഴുതുന്നതെന്ന്, എന്താണ് പറയുന്നതെന്ന്, ആർക്കുമറിയില്ല. പിന്നെ ആപ്തവാക്യങ്ങൾ എന്ന് പേരിട്ട ചിലത്. "എലിയെപ്പിടിക്കുന്ന പൂച്ച ശബ്ദമുണ്ടാക്കില്ല," "പുരുഷൻ പ്രളയമാണ്, സ്ത്രീ തടാകവും," "കഴുകൻ ഈച്ചയെപ്പിടിക്കാറില്ല," "കൊറ്റിയെ പക്ഷിയായി കണക്കാക്കരുത്, അവ വേനലിൽ വരും മഞ്ഞുകാലമായാൽ പോകും." അച്ഛൻ അമ്മയെ 'തട്ടിക്കൊണ്ടു വന്നതെങ്ങനെ' എന്ന കഥ 'എന്റെ വിധിയുടെ നക്ഷത്രം' എന്ന പേരിൽ എഴുതി വച്ചിട്ടുണ്ടായിരുന്നു. പിന്നെ ആ സ്കൂളിൽ ജോലി ചെയ്തിരുന്ന കാലത്ത് തനിക്ക് എന്ത് സംഭവിച്ചു എന്ന കഥ ഒരു സംഭവചരിത്രവും ഫലിതവുമായി എഴുതി വച്ചിരിക്കുന്നു. "ഞാനെങ്ങിനെ ഒരു സോഷ്യലിസ്റ്റായി" എന്നായിരുന്നു അതിനു നൽകിയ തലക്കെട്ട്. അതൊരു വലിയ ഫയൽ തന്നെയായിരുന്നു. ഞാനതിൽ ലയിച്ചുപോയി. അപ്പോഴാണ് പടിവാതിൽ തുറക്കുന്ന സ്വരം കേട്ടത്.

ആരോ വരുന്നുണ്ടെന്നറിഞ്ഞ ഞാൻ ആ ഫയൽ എന്റെ സ്പോർട്സ് ബാഗിൽ തിരുകിക്കയറ്റി. അതിനെ ആപ്പിൾ മരത്തിന്റെ ശിഖരത്തിൽ വച്ചുകെട്ടി.

എന്റെ നാറുന്ന ഈ സഞ്ചിയെക്കുറിച്ച് അച്ഛൻ എന്നും പരാതിപ്പെടുമായിരുന്നു. ഓരോ തവണ ഫുട്ബോൾ പരിശീലനം കഴിഞ്ഞ് വന്നാലും അതിലെ ഉടുപ്പുകൾ കൂടുതൽ നാറാനാരംഭിക്കും. അപ്പോൾ അച്ഛൻ "ഒന്നുകിൽ നീ ഇതൊക്കെ ഒന്ന് കഴുകിയിട്, അല്ലെങ്കിൽ വലിച്ചെറിയ്. ഈ മുറിയെങ്കിലും നാറാതിരിക്കട്ടെ," എന്ന് പറയും. അതൊഴിവാക്കാൻ ഞാൻ ആ സഞ്ചി എന്നും ആപ്പിൾ മരത്തിന്റെ കൊമ്പിൽ കെട്ടി ഞാത്താൻ തുടങ്ങിയിരുന്നു.

ആദ്യമായി അതുകൊണ്ട് ഉപകാരമുണ്ടായി. സത്യത്തിൽ ഞാൻ ചെയ്ത കാര്യം ഞാനേ മറന്നുപോയിരുന്നു. ആ പ്രവർത്തി അച്ഛന്റെ ജീവൻ രക്ഷിച്ചു. ഞാൻ വായിക്കാത്തിടത്ത് എന്തൊക്കെ എഴുതിയിട്ടുണ്ടെന്നാർക്കറിയാം. ആ ഫയലിൽ പൊലീസ് കൈവച്ചിരുന്നെങ്കിൽ,

അച്ഛനെ പഴിചാരാനുള്ള എന്തെങ്കിലും അവരതിൽ നിന്നും തപ്പിയെടുക്കുമായിരുന്നു. "ആ വൃത്തികെട്ട പട്ടാളക്കാരൻ നമുക്ക് പുറകെയുണ്ട്. അവനങ്ങനെ വെറുതെയിരിക്കില്ല." അച്ഛൻ പറഞ്ഞു. അച്ഛനുദ്ദേശിച്ചത് എന്തെന്ന് എനിക്ക് മനസ്സിലായി. ഇവിടെ നിന്ന് വിട്ടുപോകാൻ സമയമായി എന്നാണച്ഛൻ പറഞ്ഞത്.

ദൗർഭ്യാഗ്യകരമെന്ന് പറയട്ടെ, അക്കാലത്ത് ഞാൻ പ്രണയത്തിലായിരുന്നു... എന്റെ ആദ്യപ്രണയത്തിൽ. പ്രണയത്തിന്റെ കാറ്റ് എന്റെ കവിളിൽ തലോടുന്നുണ്ടായിരുന്നു, കുത്തനെ നിർത്തിയ തലമുടിയിൽ തടവുന്നുണ്ടായിരുന്നു. ശരി, നമുക്കിവിടം വിടാം, പക്ഷേ ഞാനെങ്ങനെ ആയ്ലയെ വിട്ട് പോകും? അവളെ എന്നും കാണാതെ ഞാനെങ്ങനെ ജീവിക്കും?

ഞാൻ മാത്രമേ പ്രണയത്തിലായിരുന്നുള്ളൂ. ആയ്ലയെ ഞാനാണ് പ്രണയിച്ചിരുന്നത്. ഞങ്ങളുടെ പ്രണയം മല മുയലിന്റെ വഴി തടസ്സപ്പെടുത്തിയതുപോലെയാണ്. എന്താണ് സംഭവിക്കുന്നതെന്ന് മലയ്ക്കറിയില്ലായിരുന്നു. അതുപോലെ ഈ പെൺകുട്ടിക്ക് എന്റെ പ്രണയവുമറിയില്ലായിരുന്നു. കാല്പനികം, വിശുദ്ധം... എന്തൊക്കെയോ... അനുദിനം വളരുന്ന ട്യൂമർ പോലെയായിരുന്നു അത്. എന്നാൽ ആരും അവരിലുള്ള, അവർക്ക് തിരിച്ച് ലഭിക്കാത്ത, പ്രണയത്തെക്കുറിച്ച് സമ്മതിച്ചുകൊടുക്കാറില്ല.

ഒരാളൊഴികെ.

"എനിക്ക് നിന്നോട് ഒരു കാര്യം പറയാനുണ്ട്...." ഒരു ദിവസം സെലാൽ എന്നോട് പറഞ്ഞു തുടങ്ങി. പക്ഷേ അവന് ആ വാചകം പൂർത്തിയാക്കാനായില്ല. അവൻ ആലിലപോലെ വിറയ്ക്കാനാരംഭിച്ചു. ഞങ്ങൾ സാധാരണ ഇരിക്കാറുള്ളതുപോലെ ഇരിക്കുകയായിരുന്നു. അവൻ ജാലകത്തിനരികിൽ, ഞാൻ മരക്കസേരയിൽ, വെയിലുകൊള്ളാതെ. അവന്റെ കൈയിൽ ഒരു മാലയുണ്ടായിരുന്നു. നീണ്ട നീല മണികൾ കോർത്തുണ്ടാക്കിയ മാല. ആ നീല മണികളിൽ അവിടവിടെ ചുവപ്പ് കുത്തുകളുണ്ടായിരുന്നു.

"പറയ്...." എനിക്ക് ക്ഷമ നശിച്ചു.

അവന് തുടരാനായില്ല. അവന്റെ കണ്ണുനിറഞ്ഞു. തേങ്ങിക്കരയുമെന്ന് തോന്നി. അതുകൊണ്ട് ഞാൻ നിശ്ശബ്ദനായി. അവന്റെ ധൈര്യം തിരികെ ലഭിക്കാൻ കാത്തിരുന്നു. അവസാനം അവൻ പറഞ്ഞു തുടങ്ങി.

"എനിക്കെന്റെ രഹസ്യങ്ങളെല്ലാം തുറന്ന് പറയാവുന്ന മറ്റൊരു സുഹൃത്തുമില്ല. നീ ഇത് ആരോടും പറയില്ല എന്നെനിക്ക് ഉറപ്പ് നൽകണം."

ഇതെന്റെ ആകാംക്ഷ വർദ്ധിപ്പിച്ചു.

"പറയ്. നിനക്ക് പറയാനുള്ളതെല്ലാം പറയ്."

"നീ ഇത് ആയ്ലയ്ക്ക് കൊടുക്കണം."

ഞാൻ ആ മാല വാങ്ങി. കയ്യിലൊരു ബോംബാണെന്ന മട്ടിൽ അത് പിടിച്ച് നിന്നു.

"ഇത് കാണുമ്പോഴൊക്കെ എന്നെയോർക്കണം എന്നവളോട് പറയണം."

ഞാനാമാല കയ്യിലിട്ട് കളിക്കാനാരംഭിച്ചു. എന്ത് ചെയ്യണം എന്നെ നിക്കറിയില്ലായിരുന്നു. ഞാൻ വിയർപ്പിൽ കുതിർന്നു.

പിന്നെ, തന്റെ യാത്രാമംഗളം പോലെ അവൻ തുടർന്നു. "എന്റെ അന്വേഷണം പറയണം."

"ശരി" എന്ന് ഞാൻ പറഞ്ഞു. എന്നാൽ അതൊക്കെ എങ്ങനെ നടപ്പിലാക്കും എന്നെനിക്കറിയില്ലായിരുന്നു.

ഞാൻ കുറേനേരം ആ മാലയിൽ നോക്കിയിരുന്നു. ഇത് അവളുടെ നീലക്കണ്ണുകളാണ്. ഈ ചുവപ്പ് കുത്തുകൾ സെലാലിന്റെ ചുവന്ന കണ്ണുകളിൽ നിന്നൊഴുകുന്ന കണ്ണുനീർ തുള്ളികളാണ്. എന്നാൽ ഈ രംഗത്തിൽ എന്റെ ഭാഗമെന്താണ്? എന്റെ ഹൃദയത്തിൽ രക്തത്തുള്ളികളായി മാറിക്കൊണ്ടിരുന്ന ആ ചുവന്ന റോസാപുഷ്പമെവിടെ. സെലാൽ, എന്നോട് നീ ഈ ചതി ചെയ്യരുതായിരുന്നു.

കുറച്ച് നേരം ഞാൻ അവിടവിടെ അലഞ്ഞ് നടന്നു. മദ്യപിച്ചതു പോലെ അലഞ്ഞ് നടന്നു. ആ മാല എന്റെ കീശയിലുണ്ടായിരുന്നു. ഞാൻ ഏറ്റെടുത്തിരിക്കുന്നത് വളരെ അപായം നിറഞ്ഞ ഒരു ജോലിയാണ്. ഞാൻ എവിടെ വച്ച് ആയ്‌ലയെ തടഞ്ഞ് നിർത്തും. എങ്ങനെ സംസാരിക്കും. ഒരു പ്രോസിക്യൂട്ടറുടെ മകൾക്ക് ഒരു മാല സമ്മാനമായി നൽകാനുള്ള ധൈര്യം എവിടെനിന്ന് സംഭരിക്കും?

ഇതിലെല്ലാം ഉപരിയായി, അവളെക്കാണുമ്പോൾ എനിക്ക് ഒരക്ഷരം സംസാരിക്കാനുള്ള ധൈര്യമുണ്ടാകില്ല എന്നൊരു ഭയവും എന്നിലുണ്ടായിരുന്നു. ഞാൻ നിശ്ശബ്ദനാകും, അല്ലെങ്കിൽ വിക്കും. അതിലും മോശമായതും സംഭവിക്കാം. ഞാൻ അവൾക്ക് മുന്നിൽ നിന്ന് വിയർത്തേക്കാം. എന്റെ മുഖം ചുവന്നേക്കാം. എനിക്കെന്റെ സ്‌പൈക്ക് ചെയ്ത മുടി കൂടുതൽ വികൃതമായി തോന്നിത്തുടങ്ങി. അവിടെ നിന്ന് ഓടിപ്പോകാൻ തയ്യാറായി. ഈ ചിന്തകൾ എന്റെ ഉറക്കം കെടുത്തി. ഒരാൾക്ക് എന്തൊക്കെ തെറ്റുകൾ ചെയ്യാനാകും എന്നായിരുന്നു മനസ്സിലെ ചിന്ത!

എന്നാൽ ആയ്‌ലയ്ക്ക് അഭിമുഖമായി ഞാനെത്തിയപ്പോൾ ഇതൊന്നും സംഭവിച്ചില്ല. ഞാൻ അച്ഛന്റെ ഉപദേശം അനുസരിച്ചു. മുത്തച്ഛന്റെ വാക്കുകൾ ഓർമ്മയിലെത്തി. ഞാൻ എന്നെത്തന്നെ അദ്ഭുതപ്പെടുത്തി. ഒരു ദിവസം ഞാൻ ആയ്‌ലയ്ക്ക് മുന്നിൽ നിന്നു. സ്‌കൂളിൽ നിന്ന് വരുമ്പോൾ ഞങ്ങളെ കടന്ന്, മറഞ്ഞ്, പോകുന്ന ആ മൂലയിൽ. ഞാൻ എന്തോ ചോദിക്കാൻ പോകുകയാണെന്ന് അവൾക്ക് മനസ്സിലായി. ഞങ്ങൾ ഒരു

നിമിഷത്തേക്ക് പരസ്പരം നോക്കി. അവളുടെ കൺപീലികൾ കൂടുതൽ നീലിച്ചു. അവളുടെ കണ്ണിന്റെ ആഴം കൂടി. അവളൊന്ന് പുഞ്ചിരിച്ചുവോ എന്ന് സംശയം തോന്നി. അതൊരുപക്ഷേ എന്റെ സംശയം മാത്രമാകാം.

"എനിക്ക് ഒരു കാര്യം പറയാനുണ്ട്, ആയ്‌ല," ഞാൻ തുടങ്ങി.

"പറയൂ."

"നിനക്ക് സെലാലിനെ അറിയാമല്ലോ അല്ലേ? സാദിയെയുടെ മകൻ സെലാലിനെ?"

"ആ ജാലകത്തിനരികിൽ ദിവസം മുഴുക്കെ അനങ്ങാതിരിക്കുന്ന പയ്യനല്ലേ?"

ഞാൻ ദീർഘശ്വാസമെടുത്തു.

"അതെ."

"അവനെന്താ കുഴപ്പം? രോഗിയാണോ?"

"അതെ."

"അവൻ വീട്ടിൽ നിന്ന് പുറത്തിറങ്ങാറില്ലേ? അംഗഭംഗം വല്ലതും?"

"അതെ."

അവളുടെ മുഖമിരുണ്ടു.

"പാവം. എത്ര ചെറുപ്പമാ അവൻ."

ഞങ്ങൾ നിശ്ശബ്ദരായി നിന്നു. ആരെങ്കിലും കാണുമോ എന്ന് ചുറ്റിലും നോക്കി. ഞാൻ മാല പുറത്തെടുത്തു.

"അവൻ ഇതുപോലെയുള്ള കാര്യങ്ങൾ ചെയ്യാറുണ്ട്. മുത്തുമണികൾ കോർത്തുള്ള കരകൗശലം. ഈ മാല അവൻ നിനക്ക് തന്നയച്ചതാണ്. ഒരു സമ്മാനമായി."

"നല്ല ഭംഗിയുണ്ട്. നന്ദി!"

അവൾ മാല യൂണിഫോമിന്റെ കീശയിലിട്ടു.

"അവൻ അന്വേഷണം പറയാനും എന്നെ എല്പിച്ചിട്ടുണ്ട്."

അവൾ നടന്ന് നീങ്ങി. ഇടയ്ക്ക് വച്ച് അവളൊന്ന് തിരിഞ്ഞ് നോക്കി.

"അവന് സുഖമാകട്ടെ എന്ന് ഞാൻ ആഗ്രഹിക്കുന്നു."

അവൾ കണ്ണിൽ നിന്ന് മറഞ്ഞു.

അത് ശരത്കാലമായിരുന്നു. കൊറ്റികൾ മടങ്ങിപ്പോകാൻ തുടങ്ങിയിരുന്നു. ഇലകൾ കൊഴിയാൻ തുടങ്ങിയിരുന്നു. എനിക്ക് തണുത്തു. ഞാൻ കൈകൾ കീശയിലിട്ട് ഒരു ലക്ഷ്യവുമില്ലാതെ നടക്കാനാരംഭിച്ചു. പട്ടണത്തിനു പുറത്ത് എപ്പോഴാണെത്തിയത് എന്ന് എനിക്ക് അറിയില്ല. ഞാനെത്ര ദൂരം നടന്നിട്ടുണ്ടാകും. തിരികെ വീട്ടിലെത്തിയപ്പോൾ ഇരുട്ടായിട്ടുണ്ടായിരുന്നു.

അച്ഛൻ വീട്ടിലുണ്ടായിരുന്നു. ഭക്ഷണം വിളമ്പിവച്ചിരുന്നു. എന്നെ കാത്തിരിക്കുകയായിരുന്നു. എന്റെ മുഖത്തുനിന്ന് അച്ഛനെന്താണ് വായിച്ചെടുത്തതെന്നറിയില്ല. “നീ എവിടെയായിരുന്നു” എന്നുപോലും ചോദിച്ചില്ല.

ഞാൻ മുറിയുടെ മദ്ധ്യത്തിൽ നിന്നു. “എനിക്ക് വിശപ്പില്ല” എന്ന് വിറയ്ക്കുന്ന സ്വരത്തിൽ പറഞ്ഞു. നേരെ സോഫയിൽ പോയി കിടന്നു. മാനസിക പിരിമുറുക്കവും ശാരീരിക ക്ഷീണവും മൂലം വല്ലാതെ അവശനായിട്ടുണ്ടായിരുന്നു ഞാൻ. അവിടെ കിടന്ന് ഉറങ്ങി. കുറച്ച് കഴിഞ്ഞപ്പോൾ അച്ഛൻ ഒരു പുതപ്പെടുത്ത് എന്നെ പുതപ്പിച്ചു. എന്റേത് വളരെ ദുഷ്കരമായ ഒരു പ്രവൃത്തിയായിരുന്നു. എന്നാൽ ഞാൻ അത് ചെയ്തിരിക്കുന്നു. ഈ പട്ടണത്തിൽ ആയ്‌ലയോട് സംസാരിച്ച ഏക യുവാവാണിന്ന് ഞാൻ.

ആ ചെറുപട്ടണങ്ങളുടെ കാര്യം രസകരമാണ്.

ആ പട്ടണങ്ങളിൽ രഹസ്യങ്ങൾ എന്നൊന്നില്ല. ഞാനും ആയ്‌ലയുമായി നടത്തിയ ഹ്രസ്വസംഭാഷണം എത്ര പേർ കണ്ടിരിക്കും എന്നെനിക്കറിയില്ല. അത് പട്ടണത്തിന്റെ ഒരരുകിൽ നിന്ന് മറുഭാഗത്തേക്ക് എത്ര പെട്ടെന്ന് സഞ്ചരിച്ചിട്ടുണ്ടാകും എന്നും എനിക്കറിയില്ല! പിറ്റേന്ന് ഉച്ച കഴിഞ്ഞപ്പോൾ ഞാൻ ത്രികോണം എർദോഗനെ കണ്ടു. അയാൾ അയാളുടെ സുഹൃത്തുക്കളോടൊപ്പമായിരുന്നു. അയാൾ എന്റെ മാർഗ്ഗം തടഞ്ഞ് മുന്നിൽ വന്ന് നിന്നു. എന്തോ കുഴപ്പത്തിനുള്ള തയ്യാറെടുപ്പാണെന്ന് മനസ്സിലായി.

“നീ ആയ്‌ലയുമായി സംസാരിച്ചു എന്ന് കേട്ടല്ലോ, ശരിയാണോ?”

“ഉവ്വ്. ഞാൻ സംസാരിച്ചു.”

അവൻ വലത്തോട്ട് നോക്കി. പിന്നെ ഇടത്തോട്ട് നോക്കി. സുഹൃത്തുക്കളുടെ മുഖത്തേക്ക് നോക്കി. കൈ മടക്കി നെഞ്ചത്തമർത്തി മാംസപേശികൾ കാണിച്ചു. ഒരു കൺപുരികം വളച്ചു. എന്നിട്ട് നാടകീയമായി ചോദിച്ചു.

“എന്താ സംസാരിച്ചത്?”

“ഒന്നുമില്ല. സ്കൂളിനെ കുറിച്ച് ചോദിച്ചു. യൂറോപ്പിന്റെ ഭൂപടത്തിന്റെ ഒരു പകർപ്പ് വേണം എന്നവൾ പറഞ്ഞു.”

അവനതിൽ തൃപ്തനായില്ല. അവൻ കവിൾ തടവി. സിനിമയിലെ വില്ലന്മാർ കാണിക്കുന്നതുപോലെ രണ്ടുവിരൽ കൊണ്ട് താടി ചൊറിഞ്ഞു. എന്നിട്ട് കാലുകളിൽ ഒന്ന് ഇളക്കിയാട്ടി. ഭീഷണിപ്പെടുത്തുന്ന സ്വരത്തിൽ പറഞ്ഞു.

“അവളെന്റേതാണെന്ന് നിനക്ക് അറിയില്ലേ? എന്തെങ്കിലും ദുരുദ്ദേശ്യത്തോടെ ആരും അവളോട് സംസാരിക്കാൻ പാടില്ല.”

ഞാൻ ചർച്ചയുടെ ഗൗരവം കുറയ്ക്കാൻ തീരുമാനിച്ചു.

"ആരതിനു തയ്യാറാകും എർദോഗൻ ചേട്ടാ, വിട്ടുകളയൂന്നേ."

"അതല്ലെങ്കിൽ ഞാൻ നിനക്കൊരു ശല്യമാകും. അതോർമ്മയുണ്ടാകണം."

വർഷങ്ങൾ കഴിഞ്ഞപ്പോൾ എർദോഗൻ വീട്ടിൽ നിന്നും ഓടിപ്പോയി. ഇസ്താംബൂളിലെത്തി. ഒരു നടനാകണം എന്നായിരുന്നു ആഗ്രഹം. അയാളെക്കുറിച്ച് അതിനു ശേഷം ആരും ഒന്നും കേട്ടിട്ടില്ല.

ഒന്ന് രണ്ട് തവണ കൂടി ഞാനും ആയ്‌ലയും പരസ്പരം സംസാരിച്ചിട്ടുണ്ട്. ഞാൻ സെലാലിന്റെ അവസ്ഥയെക്കുറിച്ച് അവളോട് പറഞ്ഞു. അവനിനി ഏതാനും മാസങ്ങൾ മാത്രമേ ഈ ഭൂമിയിലുണ്ടാകൂ എന്നറിയിച്ചു. അത് കേട്ട് അവൾ കരഞ്ഞു. "എനിക്ക് ഒരു ഉപകാരം ചെയ്യാമോ, അവനൊരു കത്തയക്കാമോ, അല്ലെങ്കിൽ ഒരു കവിത. നിന്നെ ഓർക്കാനായി അവനങ്ങിനെ എന്തെങ്കിലും നൽകാമോ? ഞാൻ അവളോട് ചോദിച്ചു. "അങ്ങനെയാകുമ്പോൾ ശേഷിച്ച ദിവസങ്ങളിൽ അവൻ നിന്നെ യോർത്ത് സന്തോഷത്തോടെയിരിക്കും."

ആയ്‌ല ധീരയായിരുന്നു.

അവൾ എന്നോട് സംസാരിക്കാനായി നിന്നു എന്നാൽ ലോകത്തെ എതിർക്കാൻ തയ്യാറായി എന്നാണ്, പട്ടണത്തിലെ പരദൂഷണത്തെ ചെറുക്കാൻ തയ്യാറായി എന്നാണ്, അവളുടെ അച്ഛന്റെ കരുത്തിനെ അതിജീവിക്കാൻ തയ്യാറായി എന്നാണ്. അവൾ എന്റെ അഭ്യർത്ഥന നിരസിച്ചില്ല. ഒന്ന് രണ്ട് ദിവസം കഴിഞ്ഞപ്പോൾ അവൾ എനിക്കൊരു കടലാസ് തന്നു. അതിന്റെ അരികിൽ റോസാപ്പൂക്കൾ വരച്ച് അലങ്കരിച്ചിരുന്നു. മറ്റ് ചെടികളുടെ ചിത്രങ്ങളുണ്ടായിരുന്നു. അതിലൊരു കവിതയുണ്ടായിരുന്നു.

"നിന്റെ മനസ്സിൽ പ്രതീക്ഷകൾ നിറയട്ടെ

നിന്റെ മുഖത്ത് സൂര്യോദയമുണ്ടാകട്ടെ

നിന്റെ ഈ നീല കല്ലുമാല

നിന്നെക്കുറിച്ചുള്ള ഓർമ്മയായി എന്നെന്നും എന്നോടൊപ്പമുണ്ടാകട്ടെ."

ഞാൻ ആ കടലാസ് മടക്കി ഒരു നീല കവറിലിട്ട് സെലാലിനു കൈമാറി. ഞാൻ അവന് ഈ ലോകം മൊത്തമായി സംഭാവനയായി നൽകി എന്ന് പറയുകയാകും കുറച്ചുകൂടി ശരി. അവൻ സന്തോഷം കൊണ്ട് കരയാനാരംഭിച്ചു. ആദ്യം വായിക്കും പിന്നെ കരയും. വീണ്ടും വായിക്കും വീണ്ടും കരയും. വീണ്ടും കരയും പിന്നെ വായിക്കും. ഞാനവിടെയുണ്ടല്ലോ എന്ന പരിഭ്രാന്തിയോ ജാള്യതയോ മനസ്സിൽ ഇല്ലെങ്കിൽ അവൻ ആ കടലാസിൽ ഉമ്മവയ്ക്കുമായിരുന്നു.

ജീവിതത്തിൽ ഇതുപോലെ ദുര്യോഗങ്ങൾ നേരിട്ടിട്ടുള്ള സെലാലിലെ പോലെയുള്ള ഒരാൾക്ക് ഇത്രയധികം സന്തോഷിക്കാനാകുമോ? പക്ഷേ,

മുസ്തഫ കുത്‌ലു

അതാണപ്പോൾ സംഭവിച്ചത്. എന്റെ പെണ്ണ്, എന്റെ ആദ്യ പ്രണയത്തിലെ പെൺകുട്ടി, അവനെ സന്തോഷവാനാക്കി, എന്നെയല്ല. അങ്ങനെയായിക്കോട്ടെ. അവളത് ചെയ്യട്ടെ! അവൾക്കേ അതിനാകൂ. വളരെ നന്നായിരിക്കുന്നു. ഗംഭീരമായിരിക്കുന്നു എന്റെ ആയ്‌ലാ...

അധിക ദിവസം കഴിയുന്നതിനു മുമ്പ് അച്ഛനോട് പൊലീസ് സ്റ്റേഷനിൽ എത്താനുള്ള നിർദ്ദേശം വന്നു.

സോപൂർ അച്ഛനെ കൂടുതൽ അവഹേളിക്കാൻ ശ്രമിച്ചുതുടങ്ങി എന്നത് വ്യക്തമായിരുന്നു. സമ്മർദ്ദത്തിന്റെ അളവ് വർദ്ധിപ്പിച്ചു തുടങ്ങി എന്നും. ഇതേ സമയത്താണ്, ഞാൻ ആയ്‌ലയുമായി സംസാരിച്ചു എന്ന വാർത്ത അവളുടെ അച്ഛനിൽ എത്തിച്ചേരുന്നത്. പരദൂഷണക്കാർ അതിൽ ആകാവുന്ന മേമ്പൊടിയെല്ലാം ചേർത്തിരുന്നു. ഞാൻ അവളെ തടഞ്ഞ് നിർത്തി സംസാരിച്ചു, അല്ല അവളെ അപമാനിച്ചു എന്നൊക്കെ വാർത്തകൾ പരന്നിരുന്നു. ഇതെല്ലാം അയാളുടെ ചെവിയിലുമെത്തിയിരുന്നു.

ഒരു രാത്രിയിൽ അച്ഛൻ തന്റെ ജോലിക്കാവശ്യമുള്ള വസ്തുക്കളെല്ലാം വീട്ടിൽ കൊണ്ടുവന്നു. സാരികായ കിരാതനേശിയിൽ വച്ചിരുന്നതെല്ലാം. ടൈപ്പ് റൈറ്ററടക്കം.

തന്റെ വളർത്ത് പക്ഷിയേയും ഫ്യൂച്സിയ ചെടിയും അദ്ദേഹം അവിടെ തന്നെ ഉപേക്ഷിച്ചിരുന്നു. എനിക്ക് കാര്യം മനസ്സിലായി. പെരുവഴിയിലിറങ്ങാൻ വീണ്ടും സമയമായിരിക്കുന്നു. ഒന്ന് പുറത്തിറങ്ങാനുള്ള അനുവാദം ഞാൻ ചോദിച്ചു. അന്ന് രാത്രി ആയ്‌ലയുടെ വീടിനരികിലൂടെ ഒരു പ്രേതത്തെപ്പോലെ ഞാൻ നടന്നു. അവളുടെ മെലിഞ്ഞ ശരീരം ഒന്നുകൂടെ കാണാനാകുമോ എന്ന് ശ്രമിച്ചു. അവളെങ്ങാൻ ജാലകത്തിലെ പർദകൾ നീക്കി അവിടെ പ്രത്യക്ഷപ്പെടുമോ എന്ന് നോക്കി നിന്നു. ഒരൊറ്റ തവണ, അവസാനമായി, കാണാൻ.

അവൾ വന്നില്ല.

ചാറ്റൽ മഴയ്ക്ക് ശക്തി കൂടി. തണുപ്പ് വർദ്ധിച്ചു. വിറച്ചുകൊണ്ട് ഞാൻ തിരികെ വീട്ടിലെത്തി. കൊണ്ടുപോകാനുള്ള സാമഗ്രികളെല്ലാം അച്ഛൻ കെട്ടിവച്ചിരുന്നു. മറ്റു സ്ഥലങ്ങളിൽ നിന്നെല്ലാം ഇറങ്ങിയതുപോലെ ഇവിടെ നിന്നും ഞങ്ങളിറങ്ങി. പതിവുപോലെ രാത്രിയിൽ, ആരോടും യാത്ര ചോദിക്കാതെ. അതേ ആവർത്തനം.

പട്ടണത്തിലേക്ക് ധാന്യം കൊണ്ടുവന്ന ഒരു ലോറി ഡ്രൈവറുമായി യാത്രയ്ക്ക് വേണ്ട സഹായത്തിന് അച്ഛൻ സംസാരിച്ചുറപ്പിച്ചിരുന്നു. തിരികെ പോകുമ്പോൾ വണ്ടിയിൽ കൊണ്ടുപോകാൻ അയാൾക്കൊന്നും ലഭിച്ചിരുന്നില്ല. അതുകൊണ്ട് വണ്ടിയിൽ ഞങ്ങളെ കയറ്റി. മഴ കൂടുതൽ ശക്തമായി. നിലത്ത് വീണ ഇലകൾ കലപില കൂട്ടി. അച്ഛനും ഞാനും നിശ്ശബ്ദരായി കാത്ത് നിന്നു. എല്ലാവരും ഉറക്കമായിരുന്നു. നായ്ക്കളുടെ

വല്ലപ്പോഴും വരുന്ന കുര മാത്രമായിരുന്നു നിശ്ശബ്ദതയ്ക്ക് ഭംഗം വരുത്തിയത്. പലപ്പോഴും ആ കുരയുടെ മാറ്റൊലിയാണ് ഞങ്ങൾ കേട്ടത്.

ട്രക്ക് വന്നു. ഞങ്ങൾ ഞങ്ങളുടെ സാമാനങ്ങൾ ഒരു കാൻവാസ് ബാഗിൽ നിറച്ചു. ഞാൻ ഡ്രൈവറുടെ കാബിനിൽ കയറി. അച്ഛൻ സെർസി അബ്ദുള്ളയുടെ വീടിന്റെ വാതിലിൽ മുട്ടി. ഉറക്കച്ചടവോടെ അയാൾ പ്രത്യക്ഷപ്പെട്ടു. നീളൻ കുപ്പായവും കമ്പിളി തൊപ്പിയും ശരിയാക്കി. അവർ എന്തോ സംസാരിച്ചു. അച്ഛൻ ചാവി തിരികെയേല്പിച്ചിട്ടുണ്ടാകണം, അനുഗ്രഹം ചോദിച്ചിട്ടുണ്ടാകണം. അവൻ ആലിംഗനം ചെയ്തു. അച്ഛൻ എന്റെ അരികിലേക്കെത്തി. അന്നെനിക്ക് പതിനാറ് വയസ്സ്. ലൈസിൽ ആദ്യ വർഷം. തലമുടിയെല്ലാം സ്പൈക്ക് അടിച്ച് നടക്കുന്ന ഒരു ആൺകുട്ടി.

ഞാൻ ആളൊഴിഞ്ഞ തെരുവിലേക്ക് നോക്കിയിരിക്കുകയാണ്! തോട്ടത്തിലെ ആപ്പിൾ മരം. ഇളം ചുവപ്പ് പൂക്കൾ തരുന്ന കുറ്റിച്ചെടി. എനിക്ക് വണ്ടിയിൽ നിന്നിറങ്ങണം എന്ന ആഗ്രഹമുണ്ടായി. പോയി സെലാലിലെ ഒന്ന് ആലിംഗനം ചെയ്യണം എന്ന്. പക്ഷേ ഞാൻ പല്ലുകടിച്ച് ആ ആഗ്രഹത്തെ ചെറുത്ത് തോല്പിച്ചു.

അപ്പോഴേക്കും അച്ഛനെത്തി എനിക്കരികിൽ ഇരുന്നിരുന്നു.

വണ്ടിയുടെ എഞ്ചിൻ മുരണ്ടു. ഞാൻ തിരിഞ്ഞ് നോക്കി. അവസാനത്തെ നോട്ടം. ഞാനവസാനമായി അവിടെ കണ്ട വ്യക്തി സെർസി അബ്ദുള്ളയായിരുന്നു. അയാൾ തന്റെ നീളൻ കുപ്പായത്തിൽ, കമ്പിളി തൊപ്പിയിൽ മുറ്റത്തിറങ്ങി നില്പുണ്ടായിരുന്നു.

ഞങ്ങൾ എവിടേക്കാണ് പോകുന്നത്?

അച്ഛന്റെ വളർത്ത് പക്ഷിയും ചെടിയും കോഫീ ഹൗസിൽ തന്നെ ഉപേക്ഷിക്കപ്പെട്ടിരിക്കുന്നുവല്ലോ.

ഭാഗം രണ്ട്

ഞാൻ ഹൈസ്കൂൾ വിദ്യാഭ്യാസം പൂർത്തിയാക്കി.

സർവകലാശാലയിലേക്കുള്ള പ്രവേശന പരീക്ഷയെഴുതിയെങ്കിലും വിജയിച്ചില്ല. രണ്ട് വർഷം ശ്രമിച്ചു. ഫലമുണ്ടായില്ല.

എന്റെ മുഖത്തെ കുത്തുകളെല്ലാം അപ്രത്യക്ഷമായിരിക്കുന്നു. ഇക്കാലത്ത് നീളൻ മുടിയാണ് ഫാഷൻ. അതിനാൽ ഞാനും മുടി നീട്ടി വളർത്തി. എനിക്കിപ്പോൾ മുടി പുറകിലേക്ക് ചീകിയൊതുക്കാം. എന്റെ വടിപോലെയുള്ള മുടി മെരുക്കമില്ലാത്തതാണെന്ന് ആരാണ് പറഞ്ഞത്? അതെന്നെ ഭ്രാന്ത് പിടിപ്പിച്ചിരുന്ന ഒരു കാലമുണ്ടായിരുന്നു എന്നത് വാസ്തവം. എന്നാൽ ഇന്ന് ഞാനാണതിന്റെ ഉടയോൻ. എനിക്കിഷ്ടമുള്ള തുപോലെ അതിനെ ചീകിയൊതുക്കാം. ഷേവ് ചെയ്യുമ്പോൾ ഞാൻ കണ്ണാടിയിൽ എന്റെ മുഖസൗന്ദര്യം ആസ്വദിക്കാറുണ്ട്. ഞാൻ സുന്ദര നാണെന്ന് സ്വയം ആശ്വസിക്കാറുണ്ട്. ഞാൻ വെറുതെ എന്റെ സൗന്ദ ര്യത്തെക്കുറിച്ച് പൊങ്ങച്ചം പറയുകയല്ല. മറ്റുള്ളവരും ഇതൊക്കെതന്നെ യാണ് പറയുന്നത്. പിന്നെപിന്നെ ഞാൻ അച്ഛന്റെ തനി രൂപമായി മാറുന്നു എന്നാണ് പലരും പറയുന്നത്. അത് കേൾക്കുന്നത് എനിക്കും ഇഷ്ട മാണ്. അച്ഛൻ ഇന്നും സുന്ദരനാണ്.

അച്ഛനിപ്പോൾ ഒരു പുസ്തകക്കട നടത്തുന്നു.

കാവിത് ബെ എന്ന ഒരു പ്രൈമറി സ്കൂൾ ഇൻസ്പെക്ടറുടേതായി രുന്നു ആ കട. അടുത്തൂൺ പറ്റിയ ഒരു ഉദ്യോഗസ്ഥനാണയാൾ. അയാൾ മരിച്ചപ്പോൾ ഭാര്യയ്ക്കും മക്കൾക്കും കട നടത്തിക്കൊണ്ടുപോകാനാ കാതായി. അയാളുടെ മക്കൾ ഏതോ വലിയ നഗരത്തിലാണ്. മാതാ പിതാക്കളുടെ ഉടമസ്ഥതയിലുള്ളതെല്ലാം അവർ വിറ്റു. അമ്മയെ കൂടെ കൊണ്ടുപോയി. ജീവിച്ചിരുന്ന കാലത്ത് കാവിത് ബെ അതിനൊന്നും സമ്മതിച്ചില്ല എന്നാണ് ഞാൻ കേട്ടിട്ടുള്ളത്. "ഒരു കോൺക്രീറ്റ് കാട്ടിൽ പോയി താമസിക്കാൻ എനിക്കാകില്ല," അയാൾ പറയുമായിരുന്നത്രെ. അവർ ആ നാട്ടുകാർ തന്നെയാണ്. വലിയ പറമ്പും അതിനു നടുക്കൊരു വീടുമുണ്ടവർക്ക്. ഗ്രാമത്തിൽ കുറേ വയലുമുണ്ട്. എന്നാൽ മക്കൾ ക്കൊന്നും അവിടെ വന്ന് താമസിക്കാൻ താത്പര്യമില്ല. ഈ പട്ടണം ഏതോ ആളൊഴിഞ്ഞ കുഗ്രാമമാണെന്ന് അവർക്ക് തോന്നുന്നു. പലർക്കും അങ്ങനെ തോന്നുന്നു. പലരും വലിയ നഗരങ്ങളിലേക്ക് ചേക്കേറുന്നു.

പകരം ഇവിടേക്ക് വിദേശികളും കുടിയേറ്റ തൊഴിലാളികളും വന്നു ചേരുന്നു.

ഞാൻ പുസ്തകക്കട എന്നാണ് പറഞ്ഞതല്ലേ. സത്യത്തിൽ അത് ശരിക്കുള്ള ഒരു പുസ്തകക്കടയായിരുന്നില്ല.

ആ വൃദ്ധൻ അതിലിരുന്ന് സ്റ്റേഷനറി സാധനങ്ങൾ, നോട്ടുപുസ്തകങ്ങൾ, പേന, പെൻസിൽ, സ്റ്റാപ്ലർ, ഫോൾഡർ എന്നിവയും അതി നോടൊപ്പം സ്കൂൾ പുസ്തകങ്ങളും കുട്ടികൾക്കുള്ള ഏതാനും പുസ്തക ങ്ങളും വിൽക്കുമായിരുന്നു. അതയാൾക്ക് ഒരു വിനോദം മാത്രമായിരുന്നു. പതിനഞ്ചോ ഇരുപതോ ചതുരശ്ര മീറ്ററിൽ കൂടില്ല ആ കടയുടെ വിസ്തീർണ്ണം. അച്ഛനും എനിക്കും പുസ്തകങ്ങൾ ഇഷ്ടമായിരുന്നതിനാൽ, ഈ പട്ടണത്തിലെത്തിയപ്പോൾ ഞങ്ങൾ ആദ്യം പരിചയപ്പെട്ടത് കാവിത് ബെയെ ആയിരുന്നു.

കച്ചവടം വിപുലീകരിക്കാൻ ആദ്യമൊക്ക അച്ഛൻ കാവിത് ബെയെ പ്രോത്സാഹിപ്പിച്ചിരുന്നു. "മറ്റ് പുസ്തകങ്ങൾ കൂടി വയ്ക്കുന്നത് നല്ല താകില്ലേ കാവിത് ബെ? ഈ നോവലുകളും മാസികളുമൊക്കെ. അങ്ങനെ യാകുമ്പോൾ കടയിലേക്കൊരു പുതുശ്വാസം കടന്ന് വരില്ലേ?" അച്ഛൻ ഉപദേശിക്കും.

അച്ഛൻ എന്നും ആ കടയിലെത്താറുണ്ടായിരുന്നു. അവിടെയിരുന്ന് പത്രം വായിക്കും. നൂറുതവണ പരിശോധിച്ച അലമാരകൾ വീണ്ടും പരിശോധിച്ചാലും അച്ഛനു മടുക്കില്ല. അവിടെയിരുന്ന് കാവിത് ബെയോ ടൊപ്പം കാപ്പി കുടിക്കും, ദീർഘമായ ചർച്ചകളിലേർപ്പെടും.

ഞാനും കാവിത് ബെയെ സന്ദർശിക്കാറുണ്ട്. തപാലിൽ വന്ന പെട്ടികൾ തുറക്കാൻ സഹായിക്കും. മറ്റ് കടകളിൽ പോയി ആവശ്യത്തി നുള്ള സാധങ്ങൾ പെട്ടിയിലാക്കി കൊണ്ടുവരും. നിലം തൂത്ത് വൃത്തി യാക്കിക്കൊടുക്കും. പിന്നെ വിൽക്കാതെ അലമാരയിൽ കിടക്കുന്ന ഏതെ ങ്കിലും പുസ്തകത്തിന്റെ താളുകളിൽ ഞാനെന്നെ മറന്നിരിക്കും. ആ കടയിൽ വച്ചാണ് ഞാൻ അന്റോണിയോ ദെ സൈന്റ്-എക്സ്യൂപെറി യുടെ നോവൽ 'ദ ലിറ്റിൽ പ്രിൻസ്' കണ്ടെത്തിയത്.

ഞങ്ങൾ കട ഏറ്റെടുത്തപ്പോൾ ഞാനും അച്ഛനും കൂടി വിശാലമായ ഒരു പദ്ധതിയിട്ടു. ഇപ്പോഴുള്ള അലമാരകൾ എങ്ങനെ കുറച്ചുകൂടി സൗകര്യമായി ഒതുക്കിയിടാമെന്നും, പുതിയ എത്ര അലമാരകൾ അവിടെ സ്ഥാപിക്കാം എന്നൊക്കെ ചർച്ച ചെയ്തു. പദ്ധതികൾ പലവട്ടം മാറ്റി. ഏതൊക്കെ പുതിയ പുസ്തകങ്ങൾ വാങ്ങിക്കണം എന്നറിയാനുള്ള അന്വേഷണങ്ങളും നടത്തി. ഇതൊരു ചെറിയ പട്ടണമാണ്. വായിക്കു ന്നവർ അധികമൊന്നുമില്ല. അത്തരക്കാർ ഈ നാട്ടിലേ കുറവാണ്. അതു കൊണ്ടുതന്നെ ഈ കച്ചവടത്തിൽ തെറ്റായ ഒരു തീരുമാനമെടുക്കുക എളുപ്പമാണ്. യുവവായനക്കാരെ ലക്ഷ്യമിടാനായിരുന്നു ഞങ്ങളുടെ

തീരുമാനം. ഞങ്ങളുടെ ഉപഭോക്താക്കൾ വിദ്യാർത്ഥികളും അദ്ധ്യാപകരുമാകും. എന്നാൽ വീടുകളിലേക്ക് അത്യന്താപേക്ഷിതമായ പുസ്തകങ്ങളെ ഞങ്ങൾ അവഗണിക്കില്ല. ഇതിൽ ശിശുപരിപാലനം, പാചകം തുടങ്ങി എൻസൈക്ലോപീഡിയവരെ ഉൾപ്പെടുന്നു. ഇവയും ഞങ്ങൾ വരുത്തിവയ്ക്കും.

സ്റ്റേഷനറികളിലും വൈവിധ്യം കൊണ്ടുവരാൻ ഞങ്ങൾ തീരുമാനിച്ചു. സ്കൂളിലേക്കാവശ്യമുള്ള ടെക്സ്റ്റ് പുസ്തകങ്ങൾ വിതരണം ചെയ്യും. പ്രശസ്തരായ ചിത്രകാരന്മാരുടെ ചിത്രങ്ങളുടെ പകർപ്പുകൾ ചുമരിൽ തൂക്കിയിടും.

അച്ഛന്റെ മനസ്സിൽ നിറയെ ആശയങ്ങളായിരുന്നു. “ഈ സ്ഥലത്തെ ഒരു സാംസ്കാരിക കേന്ദ്രമാക്കി നമ്മൾ വളർത്തിയെടുക്കും.” ഈ സ്ഥലം വളരെക്കാലമായി അവഗണിക്കപ്പെട്ട് കിടക്കുകയാണ്. അവിടെ പറ്റിക്കൂടിയിരിക്കുന്ന അഴുക്കും ചിലന്തിവലയും നീക്കം ചെയ്യാൻ തന്നെ രണ്ട് മൂന്ന് ദിവസമെടുത്തു. അതിനുശേഷം കടയൊന്ന് വെള്ളപൂശി വൃത്തിയാക്കി. ഒരു കോട്ട് പെയ്ന്റടിച്ചപ്പോൾ അതൊരു സുന്ദരൻ സ്ഥലമായി. ആദെം ഉസ്ത എന്ന ആശാരി പുതിയ ഷെൽഫുകൾ പണിതു. അച്ഛൻ തന്റെ കയ്യിലുള്ള ചില അമൂല്യമായ പുസ്തകങ്ങൾ കടയിൽ കൊണ്ടുവന്ന് വച്ചു. ഞങ്ങൾ പുതുതായി ഓർഡർ നൽകിയ പുസ്തകങ്ങളും സ്റ്റേഷനറിയും എത്തി. അവയും ഷെൽഫിൽ ഒതുക്കി. ഒരു ലോകഭൂപടമായിരിക്കട്ടെ പശ്ചാത്തലം എന്ന് ഞാൻ നിർദ്ദേശിച്ചു. അതിനനുയോജ്യമായ ഒന്ന് കാവിത് ബെയുടെ നീക്കിയിരിപ്പിൽ നിന്ന് ലഭിച്ചു. “പുസ്തകങ്ങൾ ജീവിതത്തെ സുന്ദരമാക്കുന്നു” എന്ന് നല്ല കയ്യക്ഷരത്തിൽ അച്ഛൻ ഒരു കാർഡ്ബോർഡിൽ എഴുതി. അത് ജാലകത്തിനരികിൽ തൂക്കിയിട്ടു.

ഞങ്ങളങ്ങനെ കടയൊന്ന് പുതുക്കിക്കൊണ്ടിരുന്നപ്പോൾ പട്ടണത്തിലെ വായനാസ്വഭാവമാക്കിയവരിൽ ചിലർ വന്നുതുടങ്ങി. അവരൊന്നൊന്നായി വന്നു തുടങ്ങി. അദ്ധ്യാപകർ, വിദ്യാർത്ഥികൾ, പൊതുജനസേവകർ, യെസിൽ ഹന്യേരി എന്ന വർത്തമാന പത്രത്തിന്റെയും പ്രിന്റിങ്ങ് പ്രസിന്റേയും ഉടമ മൂസ കാവൂസ്; പുസ്തകപ്പുഴുവും അടുത്തൂൺ പറ്റിയ പ്രൈമറി സ്കൂൾ അദ്ധ്യാപകനുമായ സെറെഫ് ബെ, പെൺകുട്ടികളെ തുന്നൽ പഠിപ്പിക്കുന്ന സ്കൂളിലെ അദ്ധ്യാപികയായ സെവിം ഹാനിം, എന്നിങ്ങനെ ഓരോരുത്തരായി വന്നുചേർന്നു. അവരെല്ലാം ഞങ്ങൾക്ക് മംഗളം നേർന്നു.

മൂസ കാവൂസ് ഒരു തളികയിൽ വഴുതിന കൊണ്ടുണ്ടാക്കിയ കെബാബ് കൊണ്ടുവന്നു. അദ്ദേഹം തന്നെ പാചകം ചെയ്തതായിരുന്നു അത്. സെവിം ഹാനിം അവർ പാചകം ചെയ്ത ഒരു കേയ്ക്കാണ് കൊണ്ടുവന്നത്.

അന്ന് കാപ്പിക്കടയിൽ ഉപേക്ഷിച്ച ഗോൾഡ്ഫിഞ്ച് പക്ഷിയേയും ചെടിച്ചട്ടിയേയും കുറിച്ചും ഞാൻ പറയണമല്ലോ. അത് മറക്കാനാകില്ല. ഹാന്യേരി പട്ടണത്തിലെ ജോലിത്തിരക്കിനിടയിൽ എങ്ങനെയെങ്കിലും ഇത്തിരി സമയം ശ്വാസമെടുക്കാൻ ലഭിച്ചപ്പോൾ അച്ഛൻ അവയെ തേടിപ്പിടിച്ച് കൊണ്ടുവന്നു. ഇതിനു മുമ്പും അവയെ ഇങ്ങനെ ഉപേക്ഷിച്ച് പോരേണ്ടിയും പിന്നെ വീണ്ടും കൂടെക്കൂട്ടേണ്ടിയും വന്നിട്ടുണ്ട്. ഇത് രണ്ടും എന്നും ഞങ്ങളുടെ ജീവിതത്തിന്റെ ഭാഗമായിരുന്നു.

കട പുതുക്കിപണിയുന്ന ജോലി അവസാനിച്ചപ്പോഴേക്കും ഞങ്ങൾ ക്ഷീണിതരായി.

രണ്ട് കസേര വലിച്ചിട്ട് അതിലിരുന്നു.

കാപ്പിക്കടയിൽ ജോലിചെയ്തിരുന്ന പയ്യൻ രണ്ട് ഗ്ലാസ് ചായ കൊണ്ടുവന്ന് തന്നു. അച്ഛൻ ഒരു സിഗരറ്റിനു തീ കൊടുത്തു. പുക ചുരുളുകളായി ഊതി വിട്ട് ചോദിച്ചു.

"ജ്യേഷ്ഠാ, ഇഷ്ടമായോ?"

"സുന്ദരമായിരിക്കുന്നു." ഞാൻ പറഞ്ഞു. അതിനുശേഷം എന്നിൽ കുറെക്കാലമായി ചടഞ്ഞ് കൂടിക്കിടന്ന ചോദ്യം ചില വാക്കുകളായി പുറത്ത് വന്നു.

"അവസാനം നമ്മൾ ഇവിടെ സ്ഥിരമാക്കുമെന്ന് തോന്നുന്നു."

അലി ബെ എന്ന എന്റെ അച്ഛൻ ജീവിതകാലം മുഴുക്കെ ഒരു യാത്രികനായിരുന്നു. എന്തിലെങ്കിലും ഒരു ഉടമസ്ഥാവകാശം തനിക്കുണ്ടെന്ന തോന്നൽ അദ്ദേഹത്തെ ഇതുവരേക്കും അലട്ടിയിട്ടില്ല. അങ്ങനെ വേണം എന്ന ചിന്തയുമുണ്ടായിട്ടില്ല. ഒരു സ്ഥലത്തിനോടും വൈകാരികമായ അടുപ്പമോ ഇഷ്ടമോ തോന്നിയിട്ടില്ല. ആ ആൾ ഇപ്പോൾ ആദ്യമായി, സ്വന്തമായ ഒരു മേൽക്കൂരയ്ക്ക് കീഴെ സംതൃപ്തമായ പുഞ്ചിരിയുമായി ഇരിക്കുന്നു. ആ പുഞ്ചിരിയോടെ തന്നെ എന്നെ നോക്കി ആത്മഗതം പൊഴിക്കുന്നു.

"ആർക്കറിയാം."

ആ ഉത്തരം വന്നത് കൂട്ടിൽ കിടന്ന ഗോൾഡ്ഫിഞ്ച് പക്ഷിയിൽ നിന്നായിരുന്നു. അത് സന്തോഷത്തോടെ ചിലമ്പുകയായിരുന്നു. ഞങ്ങളിരുവരും ആദ്യം കിളിയെ നോക്കി. പിന്നെ കണ്ണിൽ നിറഞ്ഞ വാത്സല്യത്തോടെ പരസ്പരം നോക്കി. ഭാവി നമുക്കായി കരുതി വച്ചിരിക്കുന്നതെന്താണെന്ന് ആർക്കറിയാം?

"ദ ലിറ്റിൽ ബുക്ക്ഷോപ്പ്" എന്നാണ് ഞങ്ങൾ കടയ്ക്ക് പേരിട്ടത്. ഇനി അതിനൊരു ചിഹ്നം വേണം. കടയ്ക്ക് മുന്നിൽ പേരെഴുതണം. ആ ജോലി കാര റ്റ്യുറാനെ ഏല്പിക്കാൻ ഞാൻ തീരുമാനിച്ചു.

ഞാനും റ്റ്യുറാനും ഒരേ പ്രായക്കാരാന്. എന്നാൽ എനിക്കരികിൽ

വന്ന് നിന്നാൽ അവന് എന്നേക്കാൾ പ്രായം തോന്നും. റ്റ്യുറാൻ കൽക്കരി എത്തിച്ചുകൊടുക്കുന്ന കോമൂർസു ഹലീമിന്റെ മകനാണ്.

അധികം ഉയരമില്ലാത്ത ഒരു മെലിഞ്ഞ പയ്യനാണവൻ. ഇരുണ്ട നിറം. എന്നാൽ നല്ല കരുത്തുണ്ടവന്.

അവന്റെ അച്ഛൻ കൽക്കരിയും വിറകും വിറ്റിരുന്ന സാഹിത് എഫേന്തിയുടെ കൂടെ ജോലി ചെയ്തിരുന്നു. ഒരു മഞ്ഞുകാലത്തൊരു ദിവസം അവന്റെ അച്ഛൻ അപ്രത്യക്ഷനായി. അന്ന് റ്റ്യുറാന് നാലോ അഞ്ചോ വയസ്സേയുള്ളൂ. ഭാര്യയേയും മകനേയും ഉപേക്ഷിച്ചാണയാൾ പോയത്. അയാൾ ഏതോ വേശ്യയ്ക്ക് പുറകെ പോയതാണെന്നും അതല്ല അയാൾക്ക് ശത്രുക്കളുള്ളതിനാൽ അവരിൽനിന്ന് ജീവൻ രക്ഷപ്പെടുത്താൻ ജർമ്മനിയിലേക്ക് ഓടിപ്പോയതാണെന്നും കിംവദന്തികളുണ്ട്. കാരണം എന്തോ ആകട്ടെ, അതിനു ശേഷം ആരും അയാളെ കണ്ടിട്ടില്ല. ഭർത്താവുള്ളപ്പോഴേ ദാരിദ്ര്യത്തിലായിരുന്ന അയാളുടെ ഭാര്യയിലും കുഞ്ഞിലും സാഹിത് എഫേന്തിയ്ക്ക് ദയതോന്നി. ഭർത്താവിന്റെ ജോലി അവൾക്ക് നൽകി. അന്നു മുതൽ അവൾ പുറകിൽ ഒരു കുട്ടയും കെട്ടി കാപ്പിക്കടയിലേക്കും അതുപോലെ മറ്റിടങ്ങളിലേക്കും. പകലെന്നോ രാത്രിയെന്നോ, മഞ്ഞെന്നോ വെയിലെന്നോ ഇല്ലാതെ, കൽക്കരി ആവശ്യമുള്ളവർക്കെത്തിച്ചുകൊടുക്കുന്നു. അതിൽ നിന്നുള്ള വരുമാനം കൊണ്ടാണവൾ റ്റ്യുറാനെ വളർത്തിയത്.

അങ്ങനെയൊന്നും നിയന്ത്രിക്കാനാകാത്ത ഒരു കുഞ്ഞായിരുന്നു റ്റ്യുറാൻ. പ്രൈമറി സ്കൂളിൽ പഠിക്കുന്ന കാലത്തേ അവൻ കാപ്പിക്കടയിൽ ജോലി ചെയ്ത് തുടങ്ങി. പിന്നെ ഇഷ്ടികക്കളത്തിൽ. തെരുവിൽ റൊട്ടി വിറ്റു.

അവൻ ജിജ്ഞാസുവുമായിരുന്നു. പക്ഷികളെ വളർത്തും. സൈക്കിളിന്റെ കേടുപാടുകൾ തീർക്കും. ഷൂസ് പോളിഷ് ചെയ്യും... എന്നാൽ കടകളുടെ ബോർഡെഴുതുക, അവയ്ക്കുള്ള ചിഹനങ്ങളുണ്ടാക്കുക എന്നിവയിലായിരുന്നു അവന്റെ യഥാർത്ഥ താത്പര്യം. ഒരു കടയുടെ മുന്നിൽ കടയുടെ ചിഹനങ്ങൾ ഉണ്ടാക്കുന്ന ഒസ്മാൻ കടയുടെ പേരെഴുതുന്നത് കണ്ടാൽ, റ്റ്യുറാൻ, താൻ അപ്പോൾ ചെയ്തുകൊണ്ടിരിക്കുന്നത് മാറ്റിവയ്ക്കും. എന്നിട്ട് ഒസ്മാന്റെ സമീപം വന്ന് നിൽക്കും. മണിക്കൂറുകളോളം ആ കാഴ്ച കണ്ട് നിൽക്കും.

അവനിലുള്ള ഈ താത്പര്യം കടയുടമകൾ കണ്ടപ്പോൾ, ഒസ്മാനു മേൽ സമ്മർദ്ദം ചെലുത്തി. “ഈ അനാഥനെ ഒന്ന് സഹായിക്ക് ഒസ്മാൻ. അവനെ നിന്റെ സഹായിയായി കൂടെ കൂട്ട്. അങ്ങനെ അവനും ഒരു വരുമാനമാർഗ്ഗമാകുമല്ലോ, ഒരു തൊഴിലാകുമല്ലോ.”

ഒസ്മാൻ ബോർഡെഴുത്തുകാരനായിരുന്നു. പക്ഷേ അത്ര നല്ല കലാകാരനൊന്നുമായിരുന്നില്ല. കാപ്പിക്കടയുടെ ചുമരിൽ പ്രകൃതിദൃശ്യങ്ങൾ

വരയ്ക്കുകയാണയാളുടെ പ്രധാന തൊഴിൽ. അത് തന്നെ ഓഫീസു കളിലും ചില വീടുകളിലും വരയ്ക്കും.

ഏതെങ്കിലും കാപ്പിക്കടയിൽ ചെന്നിരുന്നാൽ ഞാൻ ഈ ചിത്രങ്ങൾ ശ്രദ്ധിക്കും. എല്ലാം ഒരുപോലെ തോന്നും. നല്ല നിരീക്ഷണപാടവമുള്ള കണ്ണുകൾക്കേ അവ തമ്മിലുള്ള വ്യത്യാസം മനസ്സിലാക്കുവാനാകൂ.

തന്റെ പൂർവ്വികരിൽ നിന്നും പരമ്പരാകൃതമായി ലഭ്യമായ ചെറുചിത്ര ങ്ങൾ വരയ്ക്കുന്നതിനുള്ള നിപുണതയാണ് ഒസ്മാൻ ഉപയോഗിക്കുന്നത് എന്ന് ഞാൻ കരുതിയിട്ടുണ്ട്. അതിനോടൊപ്പം ചിലതെല്ലാം സ്വന്തമായി ചേർത്തിട്ടുമുണ്ട്. പോസ്റ്റ്കാർഡുകളിലെ പ്രകൃതിദൃശ്യങ്ങളിലാണ് സാധാ രണയായി ഇത്തരം കൂട്ടിച്ചേർക്കലുകൾ കാണുക. അങ്ങനെ അയാളുടെ ചിത്രങ്ങൾ ഒരു സങ്കരവർഗ്ഗമായി.

അയാളുടെ ചിത്രങ്ങളിലെ പൈൻ മരങ്ങൾ, അതിന്റെ ശാഖ സൈപ്രസ് മരങ്ങളേപ്പോലെയോ അല്ലെങ്കിൽ ഹോൺബീം മരങ്ങളുടേതു പോലെയോ നീട്ടിയിട്ടുണ്ടാകും. അസ്തമയസൂര്യന്റെ സ്വർണ്ണപ്രഭ ഒരു തടാകത്തിന്റെ നിശ്ചല ജലത്തിൽ നിഴലിക്കുന്നുണ്ടാകും. തെന്നി നീങ്ങുന്ന അരയന്നങ്ങൾ വെള്ളിനിറത്തിൽ അവയുടെ നിഴൽ പുറകിലു പേക്ഷിച്ചിട്ടുണ്ടാകും, ചക്രവാളത്തിൽ ഇളം ചുവപ്പ് നിറമുള്ള മേഘങ്ങളു ണ്ടാകും, മഞ്ഞ് മൂടിയ മലകളുണ്ടാകും, തടാകങ്ങളിൽ ഹാസിമിന്റെ കവിതകൾ ചൊല്ലുന്ന പായലുണ്ടാകും.

പിന്നെ അരികുകളിൽ, ആളൊഴിഞ്ഞ ഒരു വഴി ഒരു കുടിലിലേക്ക് വളഞ്ഞ് പുളഞ്ഞെത്തും. കാടിന്റെ നടുക്കാകും ആ കുടിൽ. അതിന്റെ ചുമരുകൾ വെള്ളപൂശിയിട്ടുണ്ടാകും. മുകളിൽ ഓടിട്ടിട്ടുണ്ടാകും. ചുവന്ന ഓടുകൾ. പുകക്കുഴലിൽനിന്ന് പുക പല ചുരുളുകളായി ഉയരുന്നുണ്ടാകും. സായാഹ്നത്തിൽ തിരികെ കൂട്ടിലേക്ക് പറക്കുന്ന കിളികളുണ്ടാകും.

ചിലപ്പോൾ, അഭ്യർത്ഥനകളെ മാനിച്ച്, ഒരു അരുവി തടാകത്തിലേ ക്കൊഴുകിയെത്തുന്നത് വരയ്ക്കും. ആ അരുവിക്ക് മീതെ ഒരു പാല മുണ്ടാകും. ആ പാലത്തിനു മുകളിൽ കലപ്പ തോളിലേന്തിയ ഒരു കർഷകനുണ്ടാകും. അല്ലെങ്കിൽ വിറകുകെട്ടുമായി പോകുന്ന ഒരു സ്ത്രീ യുണ്ടാകും.

ഈ ചിത്രങ്ങളെല്ലാം നമ്മോട് എന്ത് കഥകളാണ് പറയുന്നത്?

പാരമ്പര്യ ലഘുചിത്രങ്ങളിലെ രംഗങ്ങളും ദിവാൻ കവിതകളിലെ ശ്ലോകങ്ങളും തമ്മിൽ എന്നും ബന്ധമുണ്ടായിരുന്നു. ഈ ശ്ലോകങ്ങളിലെ ഓരോ വാക്കിനും ഒരു യോഗാത്മകദർശകമായ അർത്ഥമുണ്ട്. റോസ് സ്നേഹത്തെ സൂചിപ്പിക്കുന്നു, നൈറ്റിംഗേൽ പ്രണയിനിയെ, ടുളിപ് വീഞ്ഞുകപ്പിനെ പ്രതിനിധാനം ചെയ്യുമ്പോൾ സൈപ്രസ് ആർജ്ജവത്തെ കാണിക്കുന്നു.

ഒസ്മാന്റെ ചിത്രങ്ങളും അതുപോലെ സൂചക ചിത്രങ്ങളാണ്. അവയ്ക്ക് ലഘുചിത്രങ്ങളുടേതുപോലെ തുടർച്ചയായ അർത്ഥങ്ങളുണ്ട്.

പറന്ന് പോകുന്ന കൊറ്റികൾ ഒരാളുടെ പ്രണയം മറ്റൊരാളിൽ എത്തിക്കുന്ന ദൂതാണ്. മഞ്ഞ് മൂടിയ മലനിരകൾ തടസ്സത്തെ സൂചിപ്പിക്കുന്നു. ചുവന്ന ഓടുമേഞ്ഞ, വെള്ളപൂശിയ, പുകക്കുഴലിൽ നിന്നും പുകവരുന്ന കൂടിൽ സന്തോഷത്തെ സൂചിപ്പിക്കുന്നു. പാലം പ്രണയിക്കുന്നവരെ കൂട്ടിയോജിപ്പിക്കുന്നു. വലിയ തടിയും വിശാലമായ തണലുമുള്ള വൃക്ഷങ്ങൾ സുരക്ഷിതത്വത്തെ സൂചിപ്പിക്കുന്നു.

ഈ അർത്ഥങ്ങളെല്ലാം എന്റെ സ്വന്തം ഭാവനയിൽ നിന്നും വന്നതാണ്. ഒരുപക്ഷേ ചിത്രകാരനായ ഒസ്മാൻ ആ സ്ഥലം സുന്ദരമാക്കേണ്ടതെങ്ങനെ എന്ന് മാത്രമായിരിക്കും ചിന്തിക്കുന്നത്. ആ കാപ്പിക്കടയിൽ കയറുന്നവർക്ക് ശ്വാസംമുട്ടനുഭവപ്പെടാതെയിരിക്കാനായി ഇത്തിരി സുന്ദര പ്രകൃതിദൃശ്യങ്ങൾ കാണിക്കണം എന്ന് മാത്രമേ ചിന്തിച്ചിട്ടുണ്ടാകുകയുള്ളൂ. "ഗംഭീരമായിരിക്കുന്നു ഒസ്മാൻ. വളരെ നന്നായിട്ടുണ്ട്" എന്ന് കാണുന്നവർ പറയണം എന്ന് മാത്രമേ ഒരുപക്ഷേ അയാൾ ആഗ്രഹിച്ചിട്ടുണ്ടാകുകയുള്ളു.

പെട്ടെന്ന് തൃപ്തിപ്പെടുത്താനാകാത്ത, വെറുതെ ബഹളം വയ്ക്കുന്ന ഒരു വ്യക്തിയാണ് ഒസ്മാൻ.

എപ്പോഴും പെയ്ന്റ്, ബ്രഷ്, തിന്നർ എന്നിവയൊക്കെയുമായാണ് മൽപ്പിടുത്തമെങ്കിലും അയാളുടെ തൂവെള്ള ഷർട്ടിലും വൃത്തിയായി ഇസ്തിരിയിട്ട ട്രൗസറിലും സുന്ദരമായി പോളിഷ് ചെയ്ത് മിനുക്കിയ ഷൂസിലും ഒരഴുക്ക് പോലും പറ്റില്ല. ഈ ഇരുണ്ട ശരീരമുള്ള, കുറിയ ആകാരമുള്ള പയ്യനെ അവർ മുന്നിൽ ഹാജരാക്കിയപ്പോൾ അയാൾ അവന് നിന്ദിക്കുന്ന ഒരു നോട്ടം സമ്മാനിച്ചു. ഒസ്മാന്റെ മുന്നിൽ അവൻ കൂടുതൽ ഇരുണ്ടു, കൂടുതൽ കുറിയവനായി. വലിയ പ്രതീക്ഷയോടെ അവനെ അവിടെ കൊണ്ടുവന്ന കടയുടമകളെ നോക്കി. ഏതാനും പ്രാർത്ഥന ചൊല്ലി. പിന്നെ മറ്റ് കലാകാരന്മാരെല്ലാവരേയുംപോലെ കരുണയുള്ള ഒരു മനസ്സുള്ളതിനാൽ 'ശരി' എന്ന് പറഞ്ഞു. "ആദ്യമിവനെ ആ കുളിസ്ഥലത്തേക്ക് കൊണ്ടുപോകണം. എന്നിട്ട് ആകെ ഒന്ന് വൃത്തിയാക്കിയെടുക്കണം. അതിനുശേഷം കൊണ്ടുവരൂ" എന്ന് കൂട്ടിച്ചേർത്തു. അവനന്ന് സെക്കണ്ടറി സ്കൂളിൽ പഠിക്കുകയാണ്. എന്നാൽ ചിത്രംവര സഹായിയായപ്പോൾ സ്കൂളിൽ പോകുന്ന അവസരങ്ങൾ കുറഞ്ഞു. "എടാ കൽക്കരി ചുമക്കുന്നവനെ, നിന്റെ റെക്കോഡ് പുസ്തകത്തിൽ ഞാനൊരു കറുത്ത പുള്ളി കണ്ടാൽ പിന്നെ നീ എന്റെ കടയിൽ കയറില്ല. അതോർക്കണം" എന്ന് ഒസ്മാൻ പരുഷമായ, കൃത്യമായ സൂചന നൽകി. എന്നാൽ ഈ സൂചന റ്റ്യുറാനിൽ ഒരു മാറ്റവുമുണ്ടാക്കിയില്ല. അവന് ബ്രഷും പെയ്ന്റും ഭ്രാന്തായിരുന്നു.

അതിന്റെ ഫലമോ? എട്ടാം വയസ്സിൽ അവൻ സ്കൂൾ വിദ്യഭ്യാസം അവസാനിപ്പിച്ചു.

എന്നാൽ, ചിത്രരചനയിൽ, ചിഹ്നങ്ങൾ നിർമ്മിക്കുന്നതിൽ അവനുള്ള പാടവം അവന്റെ ഗുരുവിനെപ്പോലും അദ്ഭുതപ്പെടുത്തി. ഒരു വർഷത്തിനുള്ളിൽ അവൻ സ്വതന്ത്രമായി അക്ഷരങ്ങൾ വരയ്ക്കാനും പെയിന്റ് ചെയ്യാനും ആരംഭിച്ചു.

അവൻ എന്നും സന്തോഷവാനും ഉല്ലാസവാനുമായിരുന്നു എന്നതാണ് എല്ലാവരേയും അദ്ഭുതപ്പെടുത്തിയത്. അങ്ങാടിയിൽ എല്ലാവരുടേയും കണ്ണിലുണ്ണിയായി എന്ന് മാത്രമല്ല, ഒസ്മാന്റെ നിർജ്ജീവമായ ജീവിതത്തിൽ ഒരു പുതിയ പ്രഭാതം അവൻ കൊണ്ടുവന്നു. ആ ഹതഭാഗ്യന്റെ വീട്ടിൽ വസന്തം വന്നെത്തിയതുപോലെയായി. കുട്ടികൾ വളർന്ന് കൂടുവിട്ട് കൂടുമാറിയപ്പോൾ അയാളും ഭാര്യയും മാത്രമായിരുന്നു അയാളുടെ വീട്ടിൽ. അതിനാലൊരു ഏകാന്തതയും അയാൾക്കുണ്ടായിരുന്നു. അതിനും റ്റ്യുറാന്റെ സാമീപ്യം അന്ത്യം കുറിച്ചു.

"ഗുരുവും ശിഷ്യനും കൂടി എല്ലാം മറന്നിരുന്ന് പെയിന്റ് ചെയ്യുന്ന കാഴ്ചയൊന്ന് കാണേണ്ടതാണ്" എന്ന് ജനങ്ങൾ പറയാൻ തുടങ്ങി.

അവാരെ ഇസ്മെയിലിന്റെ ഭക്ഷണശാലയുടെ ചുമരിൽ അവരിരുവരും കൂടി ഒരു പ്രകൃതിദൃശ്യം വരയ്ക്കുകയാണെന്ന് കരുതുക. ഒസ്മാൻ ഇളം ചുവപ്പും വെളുപ്പും നിറമുള്ള മേഘങ്ങളെ മഞ്ഞുള്ള മലനിരകൾക്ക് മുകളിൽ വരച്ചാൽ, ആ പെയ്ന്റ് ഒന്ന് ഉണങ്ങുന്നതിനു മുമ്പ് റ്റ്യുറാൻ അതിനു കീഴെ കൊറ്റികൾ പറക്കുന്നത് വരച്ച് തീർക്കും. തടാകത്തിലേക്കൊഴുകുന്ന ഒരു അരുവിക്കരയിലെ വാട്ടർമില്ലാണ് ഒസ്മാൻ വരച്ചതെങ്കിൽ, പയ്യൻ അതിനരികിൽ, തടാകക്കരയിൽ താറാവുകളെ വരയ്ക്കും.

അപ്പോൾ കടയുടമകൾ അദ്ഭുതത്തോടെ ഈ കാഴ്ച കണ്ട് നിൽക്കുന്നുണ്ടാകും. കരഗോസിന്റെ നാടകം കാണുകയാണെന്ന ഭാവമായിരിക്കും അവരിലപ്പോൾ. കുറച്ചുനേരം അങ്ങനെ നിന്നാൽ പിന്നെ അവരിൽ കുമിഞ്ഞുകൂടിയ പ്രകീർത്തനങ്ങളുടെ കെട്ടഴിച്ച് വിടുകയല്ലാതെ മറ്റ് മാർഗ്ഗമില്ലാതാകും അവർക്ക്. "ഒസ്മാൻ എഫേന്തി, ഈ ഒന്നിനും കൊള്ളാത്ത ചെക്കൻ നിപുണതയുടെ കാര്യത്തിൽ നിന്നെ കടത്തി വെട്ടി എന്ന് തോന്നുന്നു." ഇത് കേൾക്കുമ്പോൾ ഗുരുവും ശിഷ്യനും സ്നേഹത്തോടെ പരസ്പരം നോക്കും. പുഞ്ചിരിക്കും.

"വിധിയുടെ ഞാണെപ്പോഴും കുലച്ച നിലയിലാകും. ഏത് സമയത്തും അമ്പ് അതിൽനിന്നും തെറിച്ചുപോകും" എന്നൊരു ചൊല്ലുണ്ട്.

ഇത്തവണ ആ അമ്പുകൊണ്ടത് ഒസ്മാൻ എഫേന്തിയ്ക്കായിരുന്നു. പാദരക്ഷകളുടെ നിർമ്മാണത്തിലേർപ്പെട്ടിരിക്കുന്ന സൂക്രുവിന്റെ പുതിയ കടയുടെ പേരെഴുതുകയായിരുന്നു അയൾ.

ഗുൽ ഷൂ ഷോപ്പ് - സൂക്രു ഗുൾ. (സൂക്രുവിന്റെ സർനെയിം ഗുൾ എന്നായിരുന്നു.)

ഒസ്മാൻ സൂക്രു എന്നെഴുതി, പക്ഷേ ഗുൾ എന്ന് മുഴുവനാക്കാനായില്ല. അവസാനശ്വാസമെടുക്കുന്നതിനു മുമ്പ് ആ ജോലി റ്റ്യുറാനെ ഏല്പിച്ചു. അയാളുടെ മക്കൾ കുലീനമായി പെരുമാറി എന്നും അയാളുടെ ഇംഗിതം മാനിച്ച് സ്ഥാപനം റ്റ്യുറാന് വിലയൊന്നും ഈടാക്കാതെ കൈമാറി എന്നും പറയപ്പെടുന്നു.

കുറച്ചുകാലം റ്റ്യുറാനും ജീവിതംതന്നെ മടുത്തതുപോലെയായത്രെ. "അടുത്ത നാല്പത് ദിവസം എനിക്ക് ബ്രഷ് തൊടാനാകില്ല" എന്ന് റ്റ്യുറാൻ പറഞ്ഞു. എങ്കിലും ഒരു സ്മാരകഫലകത്തിനവൻ ഓർഡർ നൽകി. മേസൺ റെസൂളിനാണാ ഓർഡർ നൽകിയത്. അതിന്റെ രൂപകല്പന അവൻ തന്നെയാണ് ചെയ്തത്. ഒസ്മാന്റെ പേരുള്ള ആ സ്മാരകശില ഞാൻ കണ്ടിട്ടുണ്ട്. അതിൽ രക്തമിറ്റുന്ന ഒരു ചുവന്ന റോസാപുഷ്പത്തിന്റെ മുകുളമുണ്ട്.

ഹന്യേരി യൂത്ത് സ്പോർട്സ് ക്ലബ്ബിൽ വച്ചാണ് ഞാനാദ്യമായി റ്റ്യുറാനെ കണ്ടുമുട്ടുന്നത്. ഈ പട്ടണത്തിൽ അതെന്റെ ആദ്യ വർഷമായിരുന്നു. ഹൈസ്കൂളിലെ ഫുട്ബോൾ ടീമിൽ എന്നോടൊപ്പമുണ്ടായിരുന്നവരുമൊന്നിച്ചാണ് ഞാൻ ക്ലബ്ബിലെത്തിയത്. അവരോടൊപ്പം പരിശീലനത്തിന് ഞാനും പോകാറുണ്ടായിരുന്നു. അങ്ങനെ എന്നേയും ടീമിൽ എടുത്തിരുന്നു.

ബാദി എറോൾ എന്ന് പേരുള്ള ഒരാളായിരുന്നു ഞങ്ങളുടെ കോച്ച്. പ്രാദേശിക റിക്രൂട്ടിങ്ങ് ഓഫീസിൽ പട്ടാളസേവനത്തിലായിരുന്നു അദ്ദേഹം. ഫെനെർബാഹ്ചിനുവേണ്ടി ഫുട്ബോൾ കളിച്ചിട്ടുണ്ട് എന്നാണദ്ദേഹം അവകാശപ്പെട്ടത്. ഫെനെറിനുവേണ്ടി ഒരു ബാദി എറോൾ കളിച്ചിട്ടുണ്ടോ എന്നതിനെക്കുറിച്ച് ആർക്കും ഉറപ്പില്ല. പക്ഷേ അയാൾ ഞങ്ങളെയൊക്കെ അങ്ങനെ വിശ്വസിപ്പിച്ചു. മാത്രമല്ല, പട്ടാള സേവനം കഴിഞ്ഞാൽ എന്നേയും സിനെക് സാബ്രി, കാലിം ഒമർ എന്നിവരേയും ഇസ്താംബൂളിലേക്ക് കൊണ്ടുപോകും എന്ന് വാഗ്ദാനവും ചെയ്തു. അവിടെ ഫെനറിന്റെ യൂത്ത് ക്ലബ്ബിൽ ഞങ്ങളെ ചേർക്കും എന്നായിരുന്നു വാഗ്ദാനത്തിന്റെ ശേഷിച്ച ഭാഗം. ഞങ്ങൾ ക്ലാസിലെ കുസൃതികളായിരുന്നു. അവസാനത്തെ ബഞ്ചിലിരിക്കുന്നവർ. ഞങ്ങൾ ഇതിനെക്കുറിച്ച് അഭിമാനം കൊണ്ടു. പലരോടും വാചകമടിച്ചു. ഫെനെർബാഹ്ച് സാഹസത്തെക്കുറിച്ച് മതിമറന്നാഘോഷിച്ചു.

ഞങ്ങൾ അങ്ങ് ആകാശത്തെത്തിയിരുന്നു.

യുവത്വത്തിന്റെ തിളങ്ങുന്ന നക്ഷത്രങ്ങൾക്ക് കീഴെ നിന്ന് ഞങ്ങൾ ഭാവിയെക്കുറിച്ച് സ്വപ്നം കാണുകയായിരുന്നു. എത്ര ഗോളടിക്കും? ആർത്തിരമ്പുന്ന കാണികൾ നിറഞ്ഞ ഇനോനു സ്റ്റേഡിയത്തിൽ നിന്ന് എങ്ങനെ ഇറങ്ങി വരും?

ദുഃഖമെന്തെന്നാൽ ചുറ്റിലും വിഴുപ്പ് നാറുന്ന പന്നികളാണെന്നതാണ്. അതിൽ ഞങ്ങളും പെടും. അയാളുടെ പട്ടാളസേവനം കഴിഞ്ഞ അന്ന് അയാൾ അപ്രത്യക്ഷനായി. അന്ന് സീനെകും കാലിമും ഞാനും നദിക്കരയിലെത്തി. ഞങ്ങൾ വല്ലാതെ പ്രകോപിതരായിട്ടുണ്ടായിരുന്നു. ആ അമ്പരപ്പില്ലായിരുന്നു എങ്കിൽ ഞങ്ങൾ ഉറക്കെ കരയുമായിരുന്നു. ഞങ്ങൾ മൂന്നുപേരും കൂടി ഒരു പാക്കറ്റ് സിഗരറ്റ് പുകച്ച് തീർത്തു. അതും ഒരു മണിക്കൂറിനുള്ളിൽ.

അത് എനിക്ക് തലകറക്കം തന്നു. തലയ്ക്ക് ഒരു മന്ദത തന്നു.

അതിനുമുമ്പൊരിക്കലും ഞാൻ പുകവലിച്ചിട്ടില്ല എന്നോർക്കണം!

റ്റ്യുറാൻ പകരക്കാരനായ ഗോൾകീപ്പറായിരുന്നു. അപൂർവ്വം സന്ദർഭങ്ങളിൽ അവൻ പൂർണ്ണസമയം ഗോൾകീപ്പറാകാറുണ്ട്. പലപ്പോഴും നിസ്സാരമായ ഷോട്ടുകൾ അവനു തടുക്കാനാകില്ല. അത് എല്ലാവരേയും കോപിഷ്ടരാക്കും. ഞങ്ങളുടെ ക്യാപ്റ്റൻ ഡെമിർസി താകോസ് അഹമ്മതിന്റെ കോപത്തിൽ നിന്നും എത്ര തവണയാണ് ഞാനവനെ രക്ഷപ്പെടുത്തിയിരിക്കുന്നതെന്നോ. കോപം സഹിക്കവയ്യാതെ അഹമ്മത് അവനെ ആക്രമിക്കാനൊരുങ്ങും. അഹമ്മതിന്റെ വായിൽ നിന്നപ്പോൾ നുരവരുന്നുണ്ടാകും. “തെണ്ടീ, പോയി നശിക്ക്. ഇനി ഈ ക്ലബ്ബിൽ കാലുകുത്തരുത്” അവൻ അലറും. മറ്റുള്ളവരും റ്റ്യുറാനെ തല്ലാനോങ്ങും. ഞാൻ മാത്രമാണത്തരം അവസരങ്ങളിൽ അവന്റെ രക്ഷയ്ക്കെത്തുക. അവനെ പ്രതിരോധിക്കുക.

അങ്ങനെ സാവധാനത്തിൽ ഞങ്ങൾ സുഹൃത്തുക്കളായി. വളരെ അടുത്ത സുഹൃത്തുക്കൾ.

എന്നേക്കുമായി വെറുത്ത ഒരു മത്സരത്തിൽ ഞങ്ങൾ തോറ്റത് അരഡസൻ ഗോളുകൾക്കാണ്. മനസ്സ് തകർന്ന് ഞങ്ങൾ ഹമാമിലേക്ക് നടക്കുകയായിരുന്നു. റ്റ്യുറാന് ആ തോൽവി സഹിക്കാനായില്ല. അവൻ എന്റെ ചുമലിൽ തല വച്ച് നിലവിളിക്കാനാരംഭിച്ചു.

ആ കൽക്കരി വില്പനക്കാരിയുടെ സ്വയം പുകഴ്ത്തുന്ന മകൻ, ഒരു കൊച്ചുകുട്ടിയെപ്പോലെ തോന്നിപ്പിക്കുന്ന ആകാരമുള്ളവൻ, കുറേ ദിവസമായി ഇത് മനസ്സിലൊതുക്കി നടക്കുകയായിരുന്നു എന്ന് തോന്നി.

ഹമാമിലെത്തിയപ്പോൾ ഞങ്ങൾ ഇരുവരും ശാന്തരായി.

മാംസപേശികൾക്ക് വിശ്രമം നൽകി. മനസ്സിന്റെ പിരിമുറുക്കം കുറച്ചു.

ഞങ്ങൾ ഒരു മാർബിൾ പലകയുടെ ഇരുവശത്തും കിടക്കുകയായിരുന്നു. അവൻ കുറച്ച് നേരം എന്നെ തുറിച്ച് നോക്കി. എന്നിട്ട് “എനിക്ക് വീനസിന്റെ മകൾ സൂനയോട് പ്രണയമാണെന്ന് നിനക്കറിയാമോ” എന്ന് ചോദിച്ചു.

“ഇല്ല?”

ഞാനവനെ കളിയാക്കാൻ തുടങ്ങിയതാണ്. എന്നാൽ വേണ്ടെന്ന് വച്ചു.

"സത്യമായും. ഞാൻ ഗൗരവമായി പറഞ്ഞതാണ്." അവന്റെ ചുണ്ടുകൾ വിറയ്ക്കുന്നുണ്ടായിരുന്നു.

ഈ ചെറിയ പട്ടണങ്ങളുടെ കാര്യം പറയാതിരിക്കുകയാണ് നല്ലത്. അതിലെ ഓരോരുത്തരും രഹസ്യ പ്രണയങ്ങളുടെ നരകമാണ്. ഈ യുവ പ്രണയങ്ങൾ പകർച്ചവ്യാധിയാണ്. പ്രത്യുപകാരമില്ലാത്ത, തിരിച്ചൊന്നും ലഭിക്കാത്ത സ്നേഹങ്ങളാണവ.

ഞാൻ വേദനയോടെ സെലാലിനേയും പ്രോസിക്യൂട്ടറുടെ മകൾ ആയ്‌ലയേയും ഓർത്തു.

എനിക്കെന്താണീ സംഭവിക്കുന്നത്? എല്ലാവരുടെയും ഹൃദയവേദന എന്റെ ഉത്തരവാദിത്വമായി മാറുന്നു. മാർബിളിന്റെ തൊട്ടിയിൽ നിന്നും വെള്ളമെടുക്കാനായി ഉപയോഗിക്കുന്ന ലോഹം കൊണ്ടുള്ള പാത്രത്തിൽ നിശ്ശബ്ദമായി തിരുപ്പിടിച്ച് നിൽക്കുകയാണ് റ്റ്യുറാൻ.

മുകളിൽ നിന്നും വെള്ളം വീഴുന്ന ഒച്ചയിൽ തപോനിദ്രയിലാണ് ഞാൻ.

പട്ടണത്തിലെ എക മുടിവെട്ടുകടയുടെ ഉടമയാണ് വീനസ്. മുവാല്ല എന്നാണവളുടെ ശരിക്കുള്ള പേര്. ഇസ്മീറിലാണവളുടെ വീടെന്ന് പറഞ്ഞ് കേട്ടിട്ടുണ്ട്. അവിടെ വച്ച് ഒരു പട്ടാള ഉദ്യോഗസ്ഥനുമായി പ്രണയത്തിലായി എന്നും അയാൾക്ക് സ്ഥലം മാറ്റമുണ്ടാകുന്നതിനനുസരിച്ച് അവൾ അയാളെ പിന്തുടരുകയാണെന്നും ഒരു കിംവദന്തിയുണ്ട്. ഒസ്മാൻ എഫേന്തിയാണവരുടെ കടയുടെ പേരെഴുതിയത്. കുവാഫോർ വീനസ് എന്ന്.

വീനസ് എന്ന പേര് അങ്ങനെ പ്രസിദ്ധമായി. അതാണവളുടെ ശരിയായ പേരെന്ന് എല്ലാവരും വിശ്വസിക്കാനും തുടങ്ങി. അവളും മകൾ സൂനയും പട്ടണത്തിലെ സ്ത്രീകളുടെ സൗന്ദര്യസംരക്ഷണമേറ്റെടുത്തിരിക്കുകയാണ്. സൂന ഈയിടെയായി മുടികളിൽ കലാവിരുതുകൾ എന്ന സൂത്രപ്പണിയിലേക്ക് വഴുതിക്കൊണ്ടിരിക്കുന്നു.

അനേകം നാട്ടുരഹസ്യങ്ങളുടെ ഉറവിടവും പ്രജനനസ്ഥലവുമാണീ സലൂണുകൾ എന്ന് നിങ്ങൾക്കറിയാമല്ലോ. ആണുങ്ങൾ നടത്തുന്ന സലൂണുകളാകട്ടെ, പെണ്ണുങ്ങൾ നടത്തുന്നതാകട്ടെ, ഈ കാര്യത്തിൽ കാര്യമായ വ്യത്യാസമൊന്നുമുണ്ടാകാറില്ല. ഇതിൽ നിന്നും ഒട്ടും വ്യത്യസ്തമല്ല വീനസിന്റെ സലൂണും. പട്ടണത്തിലെ എല്ലാ വാർത്തകളുടെയും പരദൂഷണങ്ങളുടേയും പ്രണയകഥകളുടേയും സ്രോതസ്സാണത്.

ഞാൻ റ്റ്യുറാനു നേരെ തിരിഞ്ഞു.

"എങ്ങനെ?"

മുല്ല ഹാനിമിന് മറ്റൊരു ബോർഡുകൂടെ വരയ്ക്കണമായിരുന്നു. ഇത്തവണ സലൂണിന്റെ ജാലകമാണതിനായി കണ്ടെത്തിയ സ്ഥലം. അവൾ അതിന് റ്റ്യുറാനെ സമീപിച്ചു.

കുവാഫോർ വീനസിന്റെ ഈ ജാലകം തെരുവിലേക്ക് തുറക്കുന്നതായിരുന്നു. അതിൽ ഒരു വലയിട്ട് സംരക്ഷിച്ചിരുന്നു. വലകൊണ്ടുണ്ടാക്കിയ ഈ പർദ്ദ മുറിക്കകത്തേക്ക് വെളിച്ചം അരിച്ചെത്തിക്കുമായിരുന്നു. അങ്ങനെയുള്ള അരണ്ട വെളിച്ചത്തിൽ സ്ത്രീശരീരങ്ങളുടെ നിഴൽ രൂപങ്ങൾ കാണാനാകും. ഇത് പട്ടണത്തിലെ യുവഹൃദയങ്ങളിൽ സ്നേഹവായ്പുകളുണർത്തും. അതിലൂടെ നടക്കുമ്പോൾ കടയ്ക്കകത്തേക്ക് അവരുടെ കണ്ണുകളൊന്ന് ഒളിഞ്ഞെത്തും.

റ്റ്യുറാൻ സമയമൊട്ടും നഷ്ടപ്പെടുത്താതെ ജോലി തുടങ്ങി.

അവനൊരു കുറിയ ആകാരമുള്ള, ഇരുണ്ട ചർമ്മമുള്ള ഒരുവനാണെന്ന് നിങ്ങൾക്ക് അറിയാമല്ലോ. എന്നാൽ ഒരു യുവാവിന്റെ വികാരമെല്ലാം അവനിലുണ്ട്.

അങ്ങനെയുള്ള യുവാക്കൾ തന്റെ സതീർത്ഥ്യർക്ക് നടുക്കാകുമ്പോൾ വാചാലരാകുമെങ്കിലും സ്ത്രീകൾക്ക് മുന്നിലെത്തുമ്പോൾ ആട്ടിൻകുട്ടികളാകും. മാത്രമല്ല, അവൻ അവിടെ ചെയ്തുകൊണ്ടിരിക്കുന്നതിൽ മറ്റുള്ളവർക്ക് താത്പര്യവും ജനിച്ചു. അതുവഴി കടന്ന് പോയ ചില കൗമാരക്കാരും യുവാക്കളും അവനെ കളിയാക്കി.

"നീ ഭാഗ്യവാനാണെടാ... തെണ്ടീ..."

റ്റ്യുറാൻ അങ്ങനെയുള്ള വാക്കുകൾ ശ്രദ്ധിക്കുന്നവനല്ല. അവൻ അവന്റെ ജോലി തുടർന്നു. പക്ഷേ പെട്ടെന്ന് എന്തോ സംഭവിച്ചു.

എന്റെ ക്ഷമ നശിച്ചു. ഞാൻ ചോദിച്ചു.

"എന്താണ് സംഭവിച്ചത്?"

"അബീ, കടയ്ക്കകത്തുള്ള ചില്ലിൽ ഞാൻ പെയ്ന്റ് ചെയ്യുകയായിരുന്നു. മിക്കവാറും കഴിയാറായിട്ടുണ്ടായിരുന്നു. ജാലകത്തിലല്ലാതെ മറ്റൊന്നിലും ഞാൻ ശ്രദ്ധിക്കുന്നില്ല. തെറ്റൊന്നും വരരുതേ എന്ന പ്രാർത്ഥനയിലായിരുന്നു ഞാൻ."

"അതുകൊണ്ട്?"

"പെട്ടെന്ന് ആരോ ജാലകത്തിനപ്പുറത്ത് വന്ന് നിന്നു."

"ആര്?"

"ആരെന്നോ? സൂനയല്ലാതെ പിന്നാര്?"

സൂന മൗല്ലയുടെ മകളാണ്. നല്ല ആകാരമുള്ളവൾ. അവളുടെ നടത്തമൊന്ന് കാണേണ്ടത് തന്നെയാണ്. അന്നനട എന്നൊക്കെ കേട്ടിട്ടില്ലേ, അത് തന്നെ. ഭൂമിയെപ്പോലും വേദനിപ്പിക്കാതെ, വളരെ സാവധാനത്തിൽ അവളങ്ങനെ നടന്ന് നീങ്ങും.

അതുകൊണ്ടാകണം അവൾക്ക് ഇൻസിത്തെമസ് (ഉറുമ്പിനെപ്പോലും നോവിക്കാത്തവൾ) എന്ന് പേരുവീണത്. സുന്ദരിയാണവൾ. അന്തസ്സുള്ള വളും. പട്ടണത്തിലെ ചർച്ചയാണവൾ. അവൾ, കടയ്ക്ക് പുറത്ത്, ജാലക ത്തിനരികിൽ വന്നിതാ നിൽക്കുന്നു.

ജാലകത്തിൽ വരച്ച് ചേർത്ത ഒരു ചിത്രം പോലെ.

ചൈനീസ് ചക്രവർത്തിയുടെ മകൾ ഇതാ എത്തിയിരിക്കുന്നു എന്നൊക്കെ വേണമെങ്കിൽ പറയാം.

അവളവിടെ റ്റ്യുറാനെ തന്നെ നോക്കി നിൽക്കുകയാണ്. അവൻ കട യ്ക്കകത്താണ്. ചില്ലുജാലകത്തിനപ്പുറത്ത്. ആ പെൺകുട്ടിയുടെ മുഖസൗന്ദര്യം കണ്ടപ്പോൾ റ്റ്യുറാന്റെ മനസ്സൊന്ന് പതറി. അവൻ വരച്ചു കൊണ്ടിരുന്ന വീനസിന്റെ 'ന'യുടെ ആകൃതി തെറ്റി.

അവനറിയാതെ അവന്റെ കൈകൾ രണ്ടും താഴേക്ക് വീണു. അത് വിറയ്ക്കാനാരംഭിച്ചു.

അത് കണ്ടപ്പോൾ എന്തോ സംഭവിച്ചിരിക്കുന്നു എന്ന് ആ പെൺ കുട്ടിക്ക് മനസ്സിലായി. അവൾ കടയ്ക്കകത്തേക്ക് ഓടിക്കയറി. അവന്റെ കൈ പിടിച്ചു.

"എന്തെങ്കിലും കുഴപ്പം സംഭവിച്ചോ റ്റ്യുറാൻ ബെ?"

റ്റ്യുറാൻ നിലത്ത് വീഴും എന്ന അവസ്ഥയിലായി. ആ പെൺകുട്ടി യുടെ കരസ്പർശം അവന്റെ ബോധം നഷ്ടപ്പെടുത്തി.

മുവല്ല ഹാനിമും കടയിലുണ്ടായിരുന്ന മറ്റുള്ളവരും പെട്ടെന്ന് അവനെ സഹായിക്കാനെത്തി. കോളോനും മറ്റ് സാമഗ്രികളും കൊണ്ടുവന്നു. റ്റ്യുറാൻ കണ്ണു തുറന്നു. അപ്പോൾ ചുറ്റിലും സ്ത്രീകൾ മാത്രമേ ഉണ്ടാ യിരുന്നുള്ളൂ. ഞാനൊരു പാട്ടുപാടി അവനെ കളിയാക്കി.

> അവളുടെ കൈകൾ എന്നെ സ്പർശിച്ചു.
> ഞാൻ കത്തിയെരിഞ്ഞു, അവളും.

റ്റ്യുറാൻ എന്നോട് മിണ്ടാതിരിക്കാൻ ആംഗ്യം കാണിച്ചു. "ഇത് കളിയാ ക്കാനുള്ള സമയമല്ല."

അവൻ വല്ലാത്ത നിരാശയിലായിരുന്നു. "ഞാൻ മാത്രമാണ് കത്തി യെരിയുന്നത്. അവൾക്കതൊന്നും അറിയില്ല."

യക്ഷിക്കഥകളിലേതുപോലെ, ഒരു ബോധക്ഷയത്തിൽ തുടങ്ങിയ റ്റ്യുറാന്റെ പ്രണയ കഥ പട്ടണത്തിലുള്ളവർ കുറേക്കാലം ചവച്ചരച്ചു.

ഈ കഥകളെ വേണ്ടവിധത്തിൽ അലങ്കരിപ്പിക്കുന്നതിന് റ്റ്യുറാനും അവന്റെ ഭാഗമഭിനയിച്ചിരുന്നു. അവൻ ഈസോപ്പ് ഓപ്പറയിലേക്ക് പുതിയ രംഗങ്ങൾ കൂട്ടിച്ചേർത്തുകൊണ്ടിരുന്നു. അവയിൽ ചിലത് ഇവിടെ പറയാം.

കുവാഫോർ വീനസ് എന്ന ആ സലൂണിനു പുറത്ത് ശോചനീയ മായ അവസ്ഥയിലുള്ള ഒരു അക്കേഷ്യ മരമുണ്ട്. ഒരു രാത്രിയിൽ റ്റ്യുറാൻ

ആ മരം പിഴുതെടുത്തു. പകരം അവിടെ ജില്ലാ ഗവർണറുടെ ഓഫീസിൽനിന്നും കൊണ്ടുവന്ന ഒരു പൈൻ മരം നട്ടു. അവിശ്വസനീയമായിരുന്നു അത്. അവന്റെ ഈ ചെറിയ ചുമലിൽ അവനെങ്ങനെ ഇത്രയും വലിയ മരം താങ്ങിക്കൊണ്ടുവന്നു എന്നതായിരുന്നു അദ്ഭുതം.

സ്ത്രീലമ്പടൻ കൂടിയായ ഗവർണർ ഈ വിവരം അറിഞ്ഞപ്പോൾ "ഗംഭീരമായിരിക്കുന്നു. ആ മരം ഞാൻ മുവല്ല ഹനീമിന് ദാനം ചെയ്തതാണ്" എന്നായിരുന്നുവത്രെ മീശയൊന്ന് തടവിക്കൊണ്ടുള്ള അയാളുടെ പ്രതികരണം.

മറ്റൊരിക്കൽ, ആ ചെറുപട്ടണങ്ങളിലൊന്നിലെ ഗവർണർ, ജില്ലാ മേയർക്ക് ഒരു സമ്മാനമയച്ചു. ഒരു പെട്ടി ആപ്പിളും മുന്തിരിയും പീച്ച് പഴങ്ങളും. നമ്മുടെ റ്റ്യുറാൻ ആ സമ്മാനവുമായി വന്ന കുതിരവണ്ടി പട്ടണത്തിനു പുറത്ത് തടഞ്ഞ് നിർത്തി എന്നും ഈ സമ്മാനം കുവാഫോഫ് വീനസിൽ എത്തിക്കാൻ മേയറുടെ ഉത്തരവുണ്ടെന്ന് വണ്ടിക്കാരനെ ബോധിപ്പിച്ചു എന്നും കഥ തുടരുന്നു. വണ്ടി വീനസിലെത്തിയപ്പോൾ, കടയുടമ അദ്ഭുതത്തോടെ എന്താണിത് എന്ന് ചോദിച്ചു. എനിക്കറിയില്ല. അധികം ഉയരമൊന്നുമില്ലാത്ത, ഇരുണ്ട വർണ്ണമുള്ള ഒരു പയ്യൻ വന്ന് ഇത് മേയറുടെ ഉത്തരവാണെന്ന് എന്നോട് പറഞ്ഞു. എന്നായിരുന്നുവത്രെ നിഷ്കളങ്കനായ വണ്ടിക്കാരന്റെ മറുപടി.

കേട്ടത് മുവല്ലയ്ക്ക് ആദ്യം വിശ്വാസമായില്ല. പിന്നെ അവൾ പൊട്ടിച്ചിരിച്ചു. വണ്ടിക്കാരനെ തിരികെ മേയർക്കരികിലേക്ക് അയച്ചു. എന്താണ് സംഭവിച്ചത് എന്ന് അറിയിക്കാൻ ആവശ്യപ്പെട്ടു. ആ പഴങ്ങളെല്ലാം അവൾ അങ്ങാടിയിലെ കടകളിൽ വിതരണം ചെയ്തു. മധുരമേറിയ ആപ്പിളും മുന്തിരിയും പീച്ച് പഴങ്ങളും തിന്നുകൊണ്ട് അവരെല്ലാം നീ ഒരു അദ്ഭുതം തന്നെ റ്റ്യുറാൻ. ഗംഭീരമായിരിക്കുന്നു. നിനക്ക് ശരിക്കും ഇൻസിത്തെമസിനേക്കാൾ നല്ല പെണ്ണിനെ ലഭിക്കണം എന്ന് പ്രകീർത്തിച്ചു.

റ്റ്യുറാന്റെ പ്രവർത്തികളെ എല്ലാവരും അഭിനന്ദിച്ചു. എന്നാൽ ഇതൊന്നും സൂനയിൽ ഒരിളക്കവും വരുത്തിയില്ല. അവൾക്ക് പാട്ടിലും അഭിനയത്തിലുമായിരുന്നു കമ്പം. അവളെ വിവാഹം കഴിക്കാൻ തയ്യാറായി പലരും വന്നു. ഒരു വെറും ചിത്രം വരക്കാരൻ മാത്രമല്ല അതിലുണ്ടായിരുന്നത്. ഡോക്ടർമാരും എഞ്ചിനിയർമാരുമുണ്ടായിരുന്നു. അവരുടെയൊന്നും സ്നേഹം അവൾ മടക്കിക്കൊടുത്തില്ല. അവരെ ശ്രദ്ധിച്ചുപോലുമില്ല. എന്നാൽ തന്റെ മാർഗ്ഗത്തിൽ നിന്നും എളുപ്പം വ്യതിചലിക്കുന്ന ഒരു വ്യക്തിയായിരുന്നില്ല റ്റ്യുറാൻ. അവന്റെ അവസാനത്തെ സൂത്രമായിരുന്നു ഇതിലേറ്റവും മികച്ചത്.

ലൈലക് ചെടികളും ലില്ലികളും പുഷ്പിക്കുന്ന കാലം. വസന്തം എല്ലാവരേയും മത്ത് പിടിപ്പിച്ചിരിക്കുന്നു. പട്ടണം ആഘോഷത്തിമർപ്പിലാണ്.

യന്ത്രഊഞ്ഞാലുകളും മെറി-ഗൊ-റൌണ്ടുകളുമായി നാടുനീളെ സഞ്ചരിക്കുന്ന ചില സംഘങ്ങളെ കണ്ടിട്ടില്ലേ? അവരുടെ പക്കൽ ഒരു കാറുണ്ടാകും. അവർ അതുപയോഗിച്ച് അത്യാവശ്യം അഭ്യാസങ്ങളൊക്കെ കാണിക്കും. അങ്ങിനെ അഭ്യാസങ്ങൾ കാണിച്ച് ആ കാറിന്റെ ശരീരത്തിൽ മിക്കവാറും എല്ലായിടത്തും ഒടിവും ചതവുമുണ്ടാകും. അതിനോടൊപ്പം ചില കളികളുമുണ്ടാകും. അതിൽ പങ്കെടുക്കുന്നവർക്ക് ചില സമ്മാനങ്ങളുണ്ടാകും. പിന്നെ അവർക്കൊപ്പം മാന്ത്രികരും നർത്തകരുമെല്ലാമുണ്ടാകും.

അവരുടെ വേലകളും സാമഗ്രികളും എത്ര പഴക്കം ചെന്നവയായിരുന്നാലും അത് കാണാൻ ആളുകൂടും. അവർ വന്നാൽ പട്ടണത്തിനു ജീവൻ വയ്ക്കും. പ്രത്യേകിച്ചും ഞങ്ങൾ താമസിച്ചിരുന്ന, സാമാന്യം മുഷിപ്പനായ പട്ടണങ്ങൾക്ക്.

അവരെത്തിയാൽ കുട്ടികളും യുവാക്കളുമടക്കം എല്ലാവരും അവിടെ തടിച്ചുകൂടാൻ തുടങ്ങും. അങ്ങനെ ആളുകൂടിയാൽ അവർ ചില പൊടിക്കൈകൾ പുറത്തേടുക്കും. ചൂടുള്ള വായു നിറച്ച ബലൂൺ അതിലൊന്നാണ്. ഗ്യാസ് നിറച്ച് ഒരു വലിയ ബലൂൺ. പലവർണ്ണങ്ങളുള്ളത്. അതിനു കീഴെ ഒരു കുട്ട കെട്ടിയിട്ടിട്ടുണ്ടാകും. അത്രയൊന്നും വലിപ്പമില്ലാത്ത, എന്നാൽ നന്നേ ചെറുതല്ലാത്ത ഒരു കുട്ട.

ഇത്തിരി സാഹസപ്രിയരായവർ ആ കുട്ടയിൽ കയറും. അത് നിയന്ത്രിക്കുന്ന ഒരാളുണ്ടാകും. അയാൾ ഒപ്പം കയറും. അവരൊന്നിച്ച് പട്ടണത്തിൽ അരമണിക്കൂർ സവാരി ചെയ്യും. പിന്നെ നിലത്തിറങ്ങും. റ്റ്യുറാനും ചില കുട്ടികളും കൂടി ഈ ബലൂണിൽ കയറി. റ്റ്യുറാന്റെ ചുമലിൽ ഒരു വെള്ള ചാക്കുണ്ടായിരുന്നു.

മുകളിലെത്തിയപ്പോൽ റ്റ്യുറാൻ ബലൂൺ നിയന്ത്രിക്കുന്ന ആളോട് എന്താണ് പറഞ്ഞത് എന്ന് ഞങ്ങൾക്കറിയില്ല. എന്നാൽ താഴെനിന്ന് ആ ബലൂൺ എങ്ങോട്ടാണ് പോകുന്നതെന്ന് കാണാൻ കഴുത്ത് വളച്ചിരുന്ന ഞങ്ങൾ, അത് പതിവ് മാർഗ്ഗത്തിൽ നിന്നും വ്യതിചലിക്കുന്നത് കണ്ടു. അത് എവിടേയൊ ചെന്നിറങ്ങുകയാണെന്ന് കണ്ടു.

കൂടി നിന്നവരുടെ ആവേശം അതിന്റെ ഉത്തുംഗത്തിലെത്തി.

എന്താണീ സംഭവിക്കുന്നത്?

എന്തെങ്കിലും കുഴപ്പമുണ്ടോ?

അതിൽ കയറിയ കുട്ടികളുടെ മാതാപിതാക്കൾ ഒരപകടം മണത്തു. എല്ലാവരും ശ്വാസമടക്കിപ്പിടിച്ച് നിന്നു. നിശ്ശബ്ദരായി. അപ്പോൾ പട്ടണത്തിനു മുകളിൽ ഒഴുകിനടന്നിരുന്ന ആ ബലൂണിൽ നിന്നും റോസാപൂവിന്റെ ഇതളുകൾ താഴേക്ക് പതിക്കാനാരംഭിച്ചു.

വൗ!

ചുവപ്പും വെള്ളയും ഇതളുകൾ...

റ്റ്യുറാൻ കൈയിൽ കരുതിയിരുന്ന വെളുത്ത ചാക്കിൽ മുഴുക്കെ റോസാപ്പൂവിന്റെ ഇതളുകളായിരുന്നു.

ഇൻസിത്തെമെസ് സൂനയുടേതുകൂടിയായ കുവാഫോർ മുവല്ലയുടെ വീടിനു മുകളിൽ ബലൂൺ എത്തിയപ്പോൾ റ്റ്യുറാൻ താഴേക്കെറിഞ്ഞ ഇതളുകൾ മഞ്ഞുകണങ്ങൾ പോലെ വളരെ സാവധാനത്തിലാണ് പതിച്ചത്. അത് ആഴ്ചാവസാനമായിരുനു. മുവല്ലയും സൂനയും വീട്ടിലുണ്ടായിരുന്നു. വീട്ടിൽ അനവധി അതിഥികളുമുണ്ടായിരുന്നു. ബഹളം കേട്ട് അവർ എത്തിനോക്കി. പുറത്തേക്കിറങ്ങി. അവർ റോസാദളങ്ങളാൽ അഭിഷേകം ചെയ്യപ്പെട്ടു.

ജനക്കൂട്ടത്തിനപ്പോഴേക്കും ഭ്രാന്തിളകി. ചിലർ പ്രോത്സാഹിപ്പിച്ചു, പ്രകീർത്തിച്ചു. മറ്റ് ചിലർ "വളരെ നന്നായിരിക്കുന്നു, ഗംഭീരം" എന്നാർത്തു.

മുവല്ലയും അവരുടെ അതിഥികളും കയ്യടിച്ചു. എന്നാൽ ബലൂണിൽ കാര റ്റുറാന്റെ മുഖം കണ്ടപ്പോൾ സൂനയുടെ ഭാവം മാറി. അവൾ അടിമുടി ചുവന്നു.

കോപം സഹിക്കവയ്യാതെ അവൾ നഖം കൊണ്ട് സ്വയം അമർത്തി നുള്ളി. പുറത്തേക്ക് വന്നതിലും വേഗത്തിൽ അകത്തേക്കോടി.

അകത്തേക്കോടിയതുകൊണ്ട് മാത്രം സൂനയ്ക്ക് റ്റ്യുറാന്റെ സ്നേഹത്തിൽനിന്നും രക്ഷപ്പെടാനായില്ല. ഒരു വർഷത്തിനുള്ളിൽ അവൾക്ക് പട്ടണം വിട്ട് പോകേണ്ടി വന്നു. അവൾ മധ്യവയസ്കനായ ഒരു നടനുമായി പ്രണയത്തിലായി എന്നൊരു വാർത്തയുണ്ടായിരുന്നു. സഞ്ചരിക്കുന്ന നാടകക്കമ്പനികളിലൊന്നിലെ നടനായിരുന്നുവത്രെ അയാൾ. എന്നാൽ അവൾ സ്വന്തം ഇഷ്ടത്തിന് അയാളോടൊപ്പം ഓടിപ്പോയതല്ലെന്നും അവളെ തട്ടിക്കൊണ്ടുപോയതാണെന്നും ഒരു വാർത്തയുമുണ്ടായിരുന്നു. അവൾ തിരിച്ചുവരുന്നതിനായി പലരും കാത്തിരുന്നു. അവളെ തെക്കുള്ള പട്ടണങ്ങളിലൊന്നിലെ ഒരു നിശാമദ്യശാലയിൽ കണ്ടതായി ചിലർ പിന്നീട് പറയുകയുണ്ടായി.

എന്തുകൊണ്ടാണീ ഒളിച്ചോട്ടങ്ങളും രക്ഷപ്പെടലുകളും സമാനങ്ങളാകുന്നത്? എന്തുകൊണ്ടാണവയെല്ലാം എപ്പോഴും ഹൃദയവേദനയിൽ മാത്രം അവസാനിക്കുന്നത്?

സൂന ഓടിപ്പോയി എന്ന വാർത്ത കേട്ടപ്പോൾ ഞാനും റ്റ്യുറാനും നദിക്കരയിലെത്തി. നഷ്ടപ്രണയത്തെക്കുറിച്ചുള്ള ഗാനങ്ങൾ പാടാനാകുന്ന സ്ഥലമാണ് നദിക്കര ഞങ്ങൾക്ക്. അവിടെവച്ചാണ് രക്തമൊലിക്കുന്ന ഹൃദയത്തെ ഞങ്ങൾ കീറി മുറിക്കുന്നതും അതിനെപ്രതി കരയുന്നതും.

മിന്നാമിനുങ്ങുകളുടെ നുറുങ്ങ് വെട്ടം ധാരാളം കാണാമായിരുന്ന ഒരു രാത്രിയായിരുന്നു അത്.

റ്റ്യുറാൻ തന്റെ നാക്ക് വിഴുങ്ങിയിരിക്കുകയാണെന്ന് തോന്നി.

ഞാനും നിശ്ശബ്ദനായിരുന്നു. അവനെ ആശ്വസിപ്പിക്കാനുതകുന്ന വാക്കുകൾ തിരയുകയായിരുന്നു.

ഞങ്ങൾ ഇരുവർക്കും ഒന്നും പറയാനായില്ല...

ഒരു ചെറുകുപ്പി റാക്കി പെരുംജീരകത്തിന്റെ മണമുള്ള റ്റ്യുറാൻ ഒറ്റ വായിൽ കുടിച്ച് തീർത്തു. വെള്ളം പോലും ചേർക്കാതെ. അരികിൽ കടലയോ കൊറിക്കാൻ മറ്റെന്തിങ്കിലുമോ ഇല്ലാതെ. അവനാദ്യമായാണത് കഴിക്കുന്നത് തന്നെ. അത് ചെന്നപ്പോൾ ഉടൻ അവന് തലയ്ക്ക് പിടിച്ചു.

ശ്രുതിയൊന്നുമില്ലാതെ അവൻ ഒരു തെറിപ്പാട്ട് പാടാൻ തുടങ്ങി. അവന്റെ വായിൽ അപ്പോൾ വന്നതാണാ പാട്ട്. സ്വന്തം രചന.

"ഞാൻ നിന്നെ വിളിച്ചു ഇൻസിമെത്സ്.

നീ വേശ്യയാണ്,

എന്നെ വേദനിപ്പിച്ചു!"

ഒരുവിധത്തിൽ ഞാൻ അവനെ വലിച്ചിഴച്ച് വീട്ടിലെത്തിച്ചു.

അത് എനിക്കും അച്ഛനും ആവേശത്തിന്റെ കാലം കൂടിയായിരുന്നു. പുസ്തകക്കട തുടങ്ങിയിട്ടേയുള്ളൂ. കടയിൽ വരുന്ന ഓരോരുത്തരോടും ഞങ്ങൾ താത്പര്യപൂർവ്വം പെരുമാറി. "അവർക്കെന്തായിരിക്കും ആവശ്യം? അവരേത് പുസ്തകം വാങ്ങും?" എന്നൊക്കെ മനസ്സിൽ അദ്ഭുതപ്പെട്ടു. എത്ര ഊഷ്മളമായി അവരോട് പെരുമാറാമോ അത്രയും ഊഷ്മളമായി പെരുമാറി.

എന്നാൽ പിന്നെപിന്നെ ഞങ്ങളുടെ ആ ആവേശം തണുത്തു. ആർക്കും പുസ്തകത്തിലൊരു താത്പര്യവുമില്ലെന്നറിഞ്ഞു. ഓഫീസുകളിൽ ജോലിയുള്ളവരിൽ ചിലർ, അല്ലെങ്കിൽ ചില അദ്ധ്യാപകർ ഇടയ്ക്കൊക്കെ വന്ന് ഞങ്ങളെ സമാധാനിപ്പിക്കും.

"ക്ഷമിക്ക്! ഞങ്ങൾ എന്തായാലും വാങ്ങും!"

ചില വിദ്യാർത്ഥികൾക്ക് ഞാൻ സൗജന്യമായോ അല്ലെങ്കിൽ കടമായോ പുസ്തകം നൽകി. അവരെ വായനയുടെ ലോകത്തിലെത്തിക്കുക എന്നതായിരുന്നു ലക്ഷ്യം.

ഞങ്ങൾ വരുത്തിയ പുസ്തകങ്ങളെല്ലാം ഷെൽഫിൽ പൊടിപിടിച്ച് കിടന്നു.

"നമുക്ക് ഈ പുസ്തകങ്ങളെല്ലാം തിരികെ അയച്ചാലോ? നഷ്ടം അനുദിനം പെരുകുകയല്ലേ?" ഞാൻ അച്ഛനോട് ചോദിച്ചു തുടങ്ങി.

അത് കേട്ടാൽ അച്ഛന്റെ കണ്ണുകൾ ആ ഷെൽഫുകളൊക്കെയൊന്ന് പരതും.

“കുറച്ചുകൂടി കഴിയട്ടെ. പുസ്തകത്തിനും അതിന്റേതായ വിധിയുണ്ടാകും!” താൻ പരാജയപ്പെട്ടു എന്ന സത്യം സ്വീകരിക്കാൻ ബുദ്ധിമുട്ടുകയായിരുന്നു അച്ഛൻ.

വലിയ ആവേശത്തിൽ ഞങ്ങൾ കെട്ടിപ്പടുത്ത്, എണ്ണയിട്ട, വ്യാപാരത്തിന്റെ ചക്രങ്ങളിൽ ഇപ്പോൾ തുരുമ്പ് കയറാൻ തുടങ്ങിയിരിക്കുന്നു.

വില്പനയുണ്ടായിരുന്നത് നോട്ട്പുസ്തകങ്ങൾക്കും പേന, പെൻസിൽ, ക്രാഫ്റ്റ് പേപ്പർ, പിൻ, സ്റ്റാപ്ലർ, ഫയലുകൾ, ടെക്സ്റ്റ്പുസ്തകങ്ങൾ എന്നിവയ്ക്കൊക്കെയായിരുന്നു. ടെക്സ്റ്റ് പുസ്തകങ്ങളുടെ വില്പന സ്കൂൾ തുറക്കുന്ന അവസരങ്ങളിൽ മാത്രമാകും. സർവകലാശാലയിലെ പ്രവേശന പരീക്ഷയ്ക്കുള്ള ചില പുസ്തകങ്ങളും വില്ക്കപ്പെട്ടു. അത്ര തന്നെ. എന്നാൽ ചിലവുകൾക്കുള്ള വരുമാനം ഇതിൽ നിന്നും ലഭിച്ചിരുന്നു. പക്ഷേ ‘ദ ലിറ്റിൽ ബുക്ക്ഷോപ്പ്’ തുടങ്ങുമ്പോഴുണ്ടായിരുന്ന ഞങ്ങളുടെ സ്വപ്നത്തിനരികിലൊന്നും അതെത്തിയില്ല. ഈ കടയെ ഒരു സാംസ്കാരിക കേന്ദ്രമാക്കണം എന്ന സ്വപ്നത്തിനെന്ത് സംഭവിച്ചു? ഒരുപക്ഷേ ഇതിൽനിന്നുള്ള നിരാശകൊണ്ടാകാം, അല്ലെങ്കിൽ എന്നെന്നും മനസ്സിൽ താലോലിച്ചിരുന്ന ഒരെഴുത്തുകാരനാകുക എന്ന സ്വപ്നം പൊലിഞ്ഞതിനാലാകാം, അച്ഛൻ കടയിൽ വരുന്നതേ അവസാനിപ്പിച്ചു.

അച്ഛനിപ്പോൾ യെസിൽ ഹന്യേരി എന്ന വർത്തമാന പത്രത്തിൽ ‘വിധിക്കെതിരെയുള്ള യുദ്ധം’ എന്ന കോളം കൈകാര്യം ചെയ്യുന്ന തിരക്കിലാണ്.

തെരുവിലെ മറ്റ് കടകൾ അടച്ചാൽ ഞാനും കടയടയ്ക്കും. വർത്തമാനപത്രത്തിന്റെ ഓഫീസിലെത്തും. വർത്തമാന പത്രം എന്നൊക്കെ ഞാൻ വിളിക്കുന്നത് സത്യത്തിൽ മൂസ സർജന്റിന്റെ ഒരു അച്ചടിശാല മാത്രമാണ്.

തന്റെ പട്ടാള സേവനകാലത്താണ് മൂസ കാവൂസ് പ്രിന്റിങ്ങ് വേല പഠിക്കുന്നത്. പട്ടാളത്തിൽ ആദ്യ ജോലി, അച്ചടിശാലയിലെ തൂപ്പുകാരനായിട്ടായിരുന്നു. എന്നാൽ ഭാഗ്യം അയാളോടൊപ്പമായിരുന്നു. അയാൾ അച്ചടിയുമായി ബന്ധപ്പെട്ട ജോലികൾ പഠിച്ചെടുത്തു. അങ്ങനെ പട്ടാളത്തിൽ നിന്നും പിരിയുമ്പോഴേക്കും തോളിൽ രണ്ട് ചുവപ്പ് വരകൾ ലഭിച്ചു. ‘സർജന്റ്’ എന്ന വിളിപ്പേരും ലഭിച്ചു.

സാധാരണ ജീവിതത്തിലേക്ക് തിരിച്ചെത്തിയപ്പോൾ അയാൾ തന്റെ അച്ഛനിൽ നിന്നും പാരമ്പര്യമായി ലഭിച്ച പഴത്തോട്ടങ്ങളെല്ലാം വിറ്റു. ഒരു ഹീദെൽബർഗ് പ്രിന്റിങ്ങ് മെഷീൻ വാങ്ങി. ഒരു ടൈപ്പ് സെറ്റിങ്ങ് മെഷീനും വാങ്ങി. അക്കാലങ്ങളിൽ ഹോട്ട് മെറ്റൽ ടൈപ്പ്സെറ്റ് എന്ന വിദ്യയുപയോഗിച്ചാണ് അച്ചടി നടത്തിയിരുന്നത്. അയാൾ ഒരു അച്ചടി

ശാല തുടങ്ങി. ആദ്യമൊക്കെ വിവാഹക്ഷണപ്രത്രങ്ങളാണധികവും അടിച്ചത്. അതിനോടൊപ്പം സുന്നത്ത് കല്യാണത്തിന്റെ ക്ഷണം, വ്യാപാര പത്രികകൾ, ബില്ലുകൾ എന്നിവയും. അതിനുശേഷം, പട്ടണത്തിലെ മേയറുടെ പിന്തുണ ലഭിച്ചപ്പോൾ അദ്ദേഹം 'യെസിൽ ഹന്യേരി' എന്ന പത്രം അച്ചടിച്ചു തുടങ്ങി.

പട്ടണത്തിലെ ഏക വർത്തമാനപത്രം. പട്ടണത്തിലെ ഏക അച്ചടിശാലയിൽ അച്ചടിക്കുന്നത്. ഈ വ്യാപാരത്തിൽനിന്നും മൂസ കാവൂസിന് ഇത്തിരി സമ്പാദ്യമൊക്കെയുണ്ടായി.

അദ്ദേഹം ധാരാളം പേർക്ക് തൊഴിൽ പരിശീലനവും നൽകി. അദ്ദേഹത്തിനോടൊപ്പം അതിൽ പലരും സഹായികൾ, ഫോർമാൻ, സൂപ്പർവൈസർ എന്നൊക്കെയുള്ള തസ്തികയിൽ ജോലി ചെയ്യുന്നു.

എല്ലാവരോടും സൗമ്യമായി പെരുമാറുന്ന ഒരാളാണദ്ദേഹം. വർഷങ്ങളായി എന്നും അദ്ദേഹം ഭരണപക്ഷത്തിനോടൊപ്പമാണ്. അതേത് കക്ഷിയായാലും. തന്റെ വ്യാപാരം മുന്നോട്ട് പോകണം എന്നല്ലാതെ മറ്റൊരു ലക്ഷ്യവും അദ്ദേഹത്തിനില്ലായിരുന്നു.

പട്ടണത്തിലെ ബുദ്ധിജീവികളെല്ലാം ഈ പത്രത്തിൽ എഴുതിയിട്ടുണ്ട്. പട്ടണത്തിൽ ഹ്രസ്വസന്ദർശനത്തിനെത്തിയിട്ടുള്ള ബുദ്ധിജീവികളും എഴുതിയിട്ടുണ്ട്. അത് ഒന്നുകിൽ എഴുതുവാനുള്ള അവരുടെ ത്വര ശമിപ്പിക്കുന്നതിനാകാം. അല്ലെങ്കിൽ വ്യക്തിപരമായോ രാഷ്ട്രീയമായോ ഒരു മേൽക്കൈ സ്ഥാപിച്ചെടുക്കുന്നതിന്.

ഇലക്ഷൻ പ്രചരണത്തിനോടടുത്ത അവസരങ്ങളിലാണെങ്കിൽ പ്രഭാതംവരേക്കും ഹന്യേരി പ്രിന്റ് ഹൗസ് പ്രവർത്തിച്ചുകൊണ്ടിരിക്കും. ഇത്രയധികം പോസ്റ്ററുകളും ലഘുലേഖകളും അച്ചടിച്ച് തീർക്കുക എന്നത് എളുപ്പമല്ല. ചില കലഹങ്ങൾക്കും അഭിപ്രായവ്യത്യാസങ്ങൾക്കും അത്യാവശ്യം പിണക്കങ്ങൾക്കും പത്രം കാരണമാക്കിയിട്ടുണ്ട്. അന്തമില്ലാത്ത വിലപേശൽ, ശത്രുത, വിദ്വേഷം, കാപട്യം, വിരോധം, പക, വിശ്വാസവഞ്ചന, വിശ്വാസാർഹത, എന്നിവയ്ക്കൊക്കെ മൂസ കാവൂസ് സാക്ഷിയായിട്ടുണ്ട്. ഈ അങ്കലാപ്പുകൾക്കിടയിലും സുരക്ഷിതമായി കളിക്കാൻ അദ്ദേഹത്തിനായിട്ടുണ്ട്.

എന്നാൽ എളുപ്പം ഉടയാവുന്ന ഈ സമതുലിതാവസ്ഥ നിലനിർത്തുന്നതിനിടയിൽ, തന്റെ താത്പര്യങ്ങൾ സംരക്ഷിച്ച് സംരക്ഷിച്ച് അദ്ദേഹവും ഇപ്പോൾ ക്ഷീണിതനായിരിക്കുന്നു. ഒരു ഉപകാരവുമില്ലാത്തവരുടെ മുന്നിൽ നടുവളച്ചും സ്വന്തം ആത്മാഭിമാനം വിഴുങ്ങിയും ജനങ്ങളെ തൃപ്തിപ്പെടുത്തേണ്ടി വരുന്നതിൽ അദ്ദേഹത്തിന് മടുപ്പ് തോന്നിത്തുടങ്ങിയിരിക്കുന്നു.

അദ്ദേഹത്തിന്റെ ലക്ഷ്യങ്ങൾ ഇപ്പൊൾ ലളിതങ്ങളാണ്. തന്റെ മകന് നല്ല വിദ്യാഭ്യാസം നൽകണം. രാഷ്ട്രീയക്കാരനാക്കണം. തനിക്ക്

എത്തിപ്പിടിക്കാനാകാഞ്ഞ പദവിയും അന്തസ്സും മകനിലൂടെ നേടാൻ ശ്രമിക്കുകയാകാം അദ്ദേഹം. എന്നാൽ ഒന്നിനും കൊള്ളാത്തവനായ ആ മകൻ അവിടേക്കൊന്നും എത്തിയില്ല. നല്ല വിദ്യാഭ്യാസം എന്നത് പോകട്ടെ, അവൻ ഈ രാജ്യത്തു തന്നെ നിന്നില്ല. അയാൾ ജർമ്മനിയിലേക്ക് പോയി. ഇതുകൂടെയായപ്പോൾ മൂസ കാവൂസിന്റെ ആവേശമൊക്കെ തണുത്തു. ജോലിയോടെന്നല്ല പണത്തിനോടും ആവേശമില്ലാതായി.

അന്നുമുതൽ, അയാൾ എന്തിനേയും ഏതിനേയും എതിർക്കുന്ന, ക്ഷിപ്രകോപിയായ ഒരുവനായി. തനിക്ക് എന്ത് ശരിയെന്ന് തോന്നിയോ അത് ചെയ്യുന്നവനായി.

അയാൾ രാഷ്ട്രീയക്കാർ, ഉദ്യോഗസ്ഥർ, ധനികരായ വ്യാപാരികൾ എന്നിവർക്കെതിരെ പ്രവർത്തിക്കാനാരംഭിച്ചു. അവർക്ക് മുന്നിൽ ഒരിക്കൽ മുട്ടുമടക്കി, നട്ടെല്ല് വളച്ച് നിന്നിരുന്നതാണയാൾ. ഒരുകാലത്ത് അയാൾ കണ്ണടച്ചിരുന്ന അന്യായങ്ങളും അനീതികളും ഇന്ന് അയാളെ വെറി പിടിപ്പിച്ചു. പണ്ടൊക്കെ ഇങ്ങനെ എന്തെങ്കിലും നടന്നാൽ ഒരുപക്ഷേ അയാൾക്കും അതിൽ പങ്കുണ്ടാകുമായിരുന്നു. എന്നാൽ ഇന്ന് തന്റെ നയങ്ങളിൽ നിന്ന്, തത്ത്വങ്ങളിൽ നിന്ന് അണുവിട ചലിക്കാൻ തയ്യാറല്ല എന്ന മട്ടായി.

"ചെയ്തിടത്തോളം മതി" എന്നായി ന്യായം.

എന്നാൽ ഈ പുതിയ ദൗത്യത്തിൽ അയാൾ ഒറ്റയ്ക്കായിരുന്നു. സത്യസന്ധരെല്ലാം അപ്പോൾ എവിടെപ്പോയി? നല്ല സ്വഭാവക്കാരായ ധീരർ എവിടെപ്പോയി.

വൈക്കോൽ കൂനയിൽ സൂചി വീണതുപോലെയാണിപ്പോൾ!

അയാളെപ്പോലെ പിന്നെ ഒരാളെയുണ്ടായിരുന്നുള്ളൂ. അയാളുടെ ജന്മഗ്രാമത്തിൽ നിന്നുള്ള, അടുത്തൂൺ പറ്റിയ ഒരു സ്കൂൾ അദ്ധ്യാപകൻ. സെറെഫ് ബെ. രണ്ടുപേരും ഒരേ പ്രായക്കാർ. അതല്ലാതെ ആരുമുണ്ടായിരുന്നില്ല. ആർക്കും സ്വന്തം ജീവൻ അപായപ്പെടുത്താൻ താത്പര്യമുണ്ടായിരുന്നില്ല. ആ സമയത്താണ്, ദൈവദൂതനെപ്പോലെ അച്ഛൻ അവർക്കരികിലെത്തിയത്.

നിയമം അറിയാവുന്നവൻ, സത്യസന്ധത, നീതി എന്നിവയ്ക്കായി സമർപ്പിക്കപ്പെട്ടവൻ... അപ്പോൾ പിന്നെ അച്ഛനല്ലാതെ ആരെഴുതും?

തന്റെ രഹസ്യ മേശവലിപ്പിൽ സൂക്ഷിച്ചിരുന്ന, അനേക വർഷത്തെ അനുഭവങ്ങൾ, ഈ ധീരൻ, സമൂഹനന്മയ്ക്കായി പങ്കുവയ്ക്കാൻ തയ്യാറായി.

അങ്ങനെ മൂസ കാവൂസ്, സെറെഫ് ബെ, എന്റെ അച്ഛൻ എന്നിവർ മൂന്ന് പടയാളികളായി. നിലവിലുള്ള വ്യവസ്ഥയ്ക്കെതിരെ ഒരു ചെറുത്ത്

നില്പ്. ഒരു പ്രതിപക്ഷം. "നീതിയുടെ ദുർഗ്ഗം" എന്നാണവർ സ്വയം വിളിച്ചത്. അച്ഛനാണീ വാക്ക് കണ്ടെത്തിയത്.

അംഗബലം കൂട്ടാൻ വേണ്ടി മാത്രമാണ് സെറഫ് ബെയെ ഇതിൽ ചേർത്തത്. ബലഹീനനും വൃദ്ധനുമായ അയാൾ ഇതുവരേക്കും ആരേയും വേദനിപ്പിച്ചിട്ടില്ല. എന്നും തർക്കങ്ങളിൽ നിന്ന് ഒഴിഞ്ഞ് നിൽക്കുന്ന പ്രകൃതമായിരുന്നു അയാളുടേത്. ഒരു തർക്കമുണ്ടാക്കാനുള്ള ആഗ്രഹം ഇപ്പോഴും അയാൾക്കില്ല. എന്നാൽ നീതിയോട് ഒരു അടുപ്പം, സ്നേഹം, അയാൾക്കുണ്ട്. നിലവിലെ വ്യവസ്ഥകൾ തന്നോട് അനീതി കാണിച്ചുവെന്നും തന്നെ വഞ്ചിച്ചു എന്നും ഒരു ചിന്ത അയാളുടെ മനസ്സി ലുണ്ട്. നോക്കെത്താദൂരത്തുള്ള ഒരു പട്ടണത്തിൽ ഒരായുസ്സ് മുഴുക്കെ തന്റെ നിപുണതകളെ ഹോമിച്ച ഒരാളുടെ അവകാശങ്ങൾക്ക് വേണ്ടി വാദിക്കാനും അത് നഷ്ടപ്പെടുന്നുവെങ്കിൽ അതിനെ പ്രതിരോധിക്കാനും ആര് തയ്യാറാകും?

അര നൂറ്റാണ്ടുകൊണ്ട് താൻ ശേഖരിച്ച ഐതിഹ്യങ്ങൾ, ചരിത്രം, ജീവചരിത്രം എന്നിവ പ്രസിദ്ധീകരിക്കാൻ തയ്യാറുള്ള ഒരു പ്രസാധകനെ അന്വേഷിച്ച് നടക്കുകയായിരുന്നു അദ്ദേഹം.

വർഷങ്ങളായി അദ്ദേഹം പല പ്രസാധകരുമായി ചർച്ച നടത്തുന്നു. സാംസ്കാരിക വകുപ്പിന്റെ പ്രസിദ്ധീകരണവിഭാഗവുമായി ചർച്ച നടത്തുന്നു. ബ്യൂറോ ഓഫ് നാഷണൽ ഫോക്‌ലോർ റിസർച്ച്, വിദ്യാ ഭ്യാസ വകുപ്പ്, എന്നിവയൊക്കെയുമായി ചർച്ച നടത്തുന്നു. എന്നാൽ ഒന്നും ഫലം കണ്ടില്ല. തന്റെ ഗവേഷണപ്രബന്ധങ്ങളിൽ ഒന്നുപോലും വെളിച്ചം കണ്ടിട്ടില്ല.

അക്കാലങ്ങളിൽ അദ്ദേഹത്തിനു ലഭിച്ച പ്രതികരണങ്ങളെല്ലാം മിക്ക വാറും ഒരേ പകർപ്പുകളായിരുന്നു. "താങ്കൾ സമർപ്പിച്ച പ്രബന്ധം ഞങ്ങൾ താത്പര്യത്തോടെ വായിച്ചു. എന്നാൽ ഈ വർഷത്തെ ഞങ്ങ ളുടെ പദ്ധതികളെല്ലാം ആദ്യമേ തീരുമാനിക്കപ്പെട്ടിരിക്കുന്നു. പ്രസിദ്ധീ കരണത്തിനുള്ള ബജറ്റും വളരെ പരിമിതമാണ്."

അദ്ദേഹം എഴുതിയ 'ഹാന്യേരിയുടെ വിശദ ചരിത്ര'ത്തിന്റെ മൂന്ന് വോളിയം, 'ഹാന്യേരിയുടെ പുരാണങ്ങൾ' എന്നതിന്റെ രണ്ട് വോളിയം, 'ഹാന്യേരിയിൽ ആർ ആരാണ്' എന്നതിന്റെ ഒരു വോളിയം എന്നിവ പ്രസിദ്ധീകരണത്തിനു തയ്യാറായി ഇരിക്കുകയാണ്. വർഷങ്ങളായി ഈ കാത്തിരിപ്പ് തുടങ്ങിയിട്ട്. 'ഹാന്യേരിയിൽ പച്ചക്കറി, പഴം, തേനീച്ച കൃഷി', 'ഹാന്യേരിയെക്കുറിച്ചുള്ള കവിതകൾ' എന്നിങ്ങനെ രണ്ട് വിഷയ ങ്ങളിൽ കൂടി അദ്ദേഹം വിശദമായ ഗവേഷണം നടത്തിയിട്ടുണ്ട്. അതും പ്രസിദ്ധീകരണം കാത്തിരിക്കുകയാണ്.

അവസാനം പറഞ്ഞ രണ്ട് പുസ്തകങ്ങളും പത്രങ്ങളിൽ ഖണ്ഡശ്ശ പ്രസിദ്ധീകരിക്കാൻ തീരുമാനിക്കുകയായിരുന്നു അദ്ദേഹം എന്നാണ്

പറഞ്ഞത്. ഇവയുടെ അച്ചടി, പ്രൂഫ് റീഡിങ്ങ് എന്നിവ അദ്ദേഹം തന്നെ സ്വയം ചെയ്തു. അതിനുവേണ്ടി മിക്കവാറും എല്ലാ ദിവസങ്ങളിലും അച്ചടിശാലയിൽ വരികയും ചെയ്തു.

'യേസിൽ ഹാന്യേരി' ഒരു ചെറുപട്ടണത്തിലെ ചെറിയ പത്രമാണെന്നത് ശരി. എന്നാൽ ഇതുവഴിയും തനിക്ക് ചരിത്രത്തിലിടം നേടാം എന്ന ഉത്തമബോധ്യം അദ്ദേഹത്തിനുണ്ടായിരുന്നു.

ഒരുപക്ഷേ, ഭാവിയിലെ ഗവേഷകരും ശാസ്ത്രജ്ഞരും ഈ ചെറുപട്ടണത്തിലെ മറവിയിലേക്കാണ്ടുപോയ ചെറുപത്രത്തിൽ താൻ പ്രസിദ്ധീകരിച്ചത് കണ്ടെത്തിയേക്കാം. അങ്ങനെ തങ്ങൾക്ക് ഒരു നിധി ലഭിച്ചു എന്ന് പ്രഖ്യപിച്ചേക്കാം....

ആർക്കറിയാം... അങ്ങനെയൊന്നും സംഭവിക്കില്ല എന്നില്ലല്ലോ.

ഓരോ പുതിയ പ്രഭാതവും പുതിയ പ്രതീക്ഷകളുമായാണല്ലോ വരുന്നത്. ഈ അദ്ധ്യായങ്ങൾ ഒരു പക്ഷേ ഏതെങ്കിലും പ്രധാനവ്യക്തിയുടെ കണ്ണിൽപെട്ടുകൂടായ്കയില്ല. അങ്ങനെ ഇത് മന്ത്രിയുടെ പക്കലെത്തിക്കൂടായ്കയില്ല. മന്ത്രിയത് പ്രസിദ്ധീകരിക്കാൻ ആവശ്യപ്പെട്ടുകൂടായ്കയില്ല. അതിനുവേണ്ടി മാത്രം, തന്റെ ലേഖനമുള്ള ഭാഗം എന്നും പത്രത്തിൽ നിന്നും വെട്ടിയെടുത്ത്, താൻ പ്രധാനികളെന്ന് കരുതിയവർക്ക് അയച്ചുകൊടുക്കുക എന്നതും സെറെഫ് ബെയുടെ ദിനചര്യയുടെ ഭാഗമായി. തന്റെ വിറയ്ക്കുന്ന കൈകൾ കൊണ്ട് കവറിനു മുകളിൽ അവരുടെ വിലാസം കുറിക്കുമ്പോൾ അയാളുടെ നിറഞ്ഞ കണ്ണിൽ പ്രതീക്ഷ മിന്നിക്കത്തുന്നുണ്ടാകും. "പറയാൻ പറ്റില്ല, നമുക്കൊന്നും പറയാൻ പറ്റില്ല" എന്ന് അയാൾ മന്ത്രിക്കുന്നുണ്ടാകും.

ഹാന്യേരി എന്ന പദത്തിന്റെ ഉത്പത്തിയെക്കുറിച്ച് ഞാൻ കേട്ടത് അദ്ദേഹത്തിൽ നിന്നാണ്. സെറഫ് ബെ പറയുന്നത്, പണ്ട് കാലത്ത് ഒരു സത്രം ഉണ്ടായിരുന്നു. ഇന്നത്തെ പട്ടണം നിൽക്കുന്ന മലനിരയുടെ അടിവാരത്തിലായിരുന്നു അത്. ഈ സത്രത്തിന്റെ അവശിഷ്ടങ്ങളെന്ന് കരുതുന്ന കളിമൺപാത്രങ്ങൾ താൻ കണ്ടെത്തിയിട്ടുണ്ട് എന്ന് അദ്ദേഹം അവകാശപ്പെടുന്നു. ഇവിടെ ഒരു വിശ്രമ കേന്ദ്രമുണ്ടാകുക സ്വാഭാവികമാണ്, കാരണം ഇത് പ്രസിദ്ധമായ സിൽക് റൂട്ടിന്റെ ഒരു ഭാഗമാണ്. ഇതുവഴിയാണ് നിരനിരയായി വണ്ടികൾ പോകാറുള്ളത്. പണ്ടുകാലത്ത് ഇവിടെ ഒരു സത്രമുണ്ടായിരുന്നു എങ്കിൽ, അത് നശിച്ച് മണ്ണടിഞ്ഞ് പോയിട്ട് നൂറ്റാണ്ടുകളായിട്ടുണ്ടെങ്കിലും ഈ സ്ഥലത്തിനെ 'ഹാന്യേരി' എന്ന് തന്നെ വിളിക്കപ്പെടുമായിരുന്നു.

മറ്റൊരു കഥയും ഈ പേരിന്റെ ഉൽപത്തിയെക്കുറിച്ച് അദ്ദേഹം പറയുന്നുണ്ട്. ഒരു ആക്രമി സംഘം ഇവിടെ തമ്പടിച്ചു എന്നാണ് ആ വിശ്വാസം. അത് മിക്കവാറും മുഗൾവംശമാകണം. അവരുടെ പടയാളികൾക്ക് വിശ്രമിക്കാനായി അവർ ഇന്ന് പട്ടണം നിൽക്കുന്നിടത്ത്

സത്രങ്ങൾ പണിതു. നൂറ്റാണ്ടുകൾ കഴിഞ്ഞപ്പോൾ മുഗൽ ആക്രമികൾ ഒഴിഞ്ഞ് പോയി. ഈ സ്ഥലം നാട്ടുകാരുടെ ഓർമ്മയിൽ ഖാന്റെ പട്ടാളം തമ്പടിച്ച സ്ഥലമായി. അങ്ങനെ 'ഹാന്യേരി' എന്ന പേരും വന്നു.

അച്ചടിശാലയ്ക്കും ഓഫീസിനും ഇടയിൽ ചില്ലുകൊണ്ടുള്ള ഒരു ചുമരുണ്ട്. ആ ഓഫീസിലേക്ക് മിക്കവാറും ഞാൻ കുറച്ച് റൊട്ടിയുമായാണ് ചെല്ലാറുള്ളത്. ചൂടുള്ള റൊട്ടി. അതിനോടൊപ്പം കുറച്ച് ആട്ടിൻ പാൽ ചീസും ഉണ്ടാകും. പിന്നെ അത്താഴത്തിനോടൊപ്പം കഴിക്കാൻ ഒരു കിലോഗ്രാം ചുവന്ന മുന്തിരിയും. എന്നെക്കണ്ടാൽ സെറെഫ് ബെ തന്റെ വെള്ളെഴുത്ത് കണ്ണട ഉയർത്തി വയ്ക്കും. എന്നിട്ട് വരൂ യുവാവേ. ഇന്ന് ഞാൻ കണ്ടെത്തിയതെന്തെന്നറിയാമോ? എന്ന് ചോദിക്കും.

"ഇല്ല, എനിക്കറിയില്ല. എന്താണത്?"

"ബെയ്‌ലിക്കി സരി സുലൈമാൻ എഫേന്തിയുടെ കൊച്ചുമകൻ കാദി അബ്ദുള്ള സെലെബിയുടെ ജന്മസ്ഥലം ഏതാണെന്നാണ് കരുതുന്നത്?"

ഞാൻ ഭക്ഷണപ്പൊതിയുമായങ്ങനെ വെറുതെ നിൽക്കും. കണ്ണിൽ അദ്ഭുതം നിറച്ച് നിൽക്കും.

"എനിക്കറിയില്ല."

"അയാളൊരു വലിയ കവിയാണ്. കുറേ കവിതാസമാഹാരങ്ങളൊക്കെയുണ്ടയാളുടേതായി."

"സത്യമായും?"

"അതെ. സത്യം. ഈ മനുഷ്യൻ ജനിച്ചതും വളർന്നതും ഹാന്യേരിയിലാണ്. ഇന്ന് കാലത്താണത് ഞാൻ കണ്ടെത്തിയത്. സുരയ്യയുടെ ജീവചരിത്രത്തിൽ നിന്നാണതെനിക്ക് കിട്ടിയത്. ഈ സത്യം ഇതുവരേക്കും നമ്മളെന്തുകൊണ്ട് കണ്ടില്ല?"

ഇത്രയുമാകുമ്പോഴേക്കും മൂസ കാവൂസും എന്റെ അച്ഛനും അവരുടെ എഴുത്ത് പലകകൾ അടച്ച് വയ്ക്കും. എഴുന്നേൽക്കും.

"മതിയാക്ക് സെറെഫ് ബെ. ഈ പയ്യനെ വെറുതെ വെള്ളം കുടിപ്പിക്കല്ലേ. അവൻ നമുക്കുള്ള അത്താഴവുമായാണ് വന്നിരിക്കുന്നത്."

അവർ ഭക്ഷണത്തിനു ചുറ്റിലുമിരിക്കും. കസേര വലിച്ചിടും. യെസിൽ ഹാന്യേരിയുടെ ഒരു പഴയ പതിപ്പ് മേശപ്പുറത്ത് വിരിക്കും. മൂന്ന് ജ്ഞാനികൾ അവരുടെ അത്താഴം കഴിക്കും. ആഡംബരമില്ലാത്ത അത്താഴം. റൊട്ടി, ട്യുലം ചീസ്, മുന്തിരി.

അപ്പോൾ ഞാൻ അച്ചടിശാലയിലേക്കൊന്ന് നടക്കും. അവരെ ഭക്ഷണം കഴിക്കാൻ വിടും.

ഉരുകിയ ഈയ്യത്തിന്റെ ഗന്ധവും ചൂടും അവിടെ നിറഞ്ഞ് നില്പുണ്ടാകും. അതിനോടൊപ്പം ടൈപ്പ് സെറ്റിങ്ങ് മഷീന്റെ ചിലമ്പലുമുണ്ടാകും...

എന്നെക്കാണുമ്പോൾ ആരിഫ് ഉസ്ത ഒന്ന് പുഞ്ചിരിക്കും. അയാളുടെ സഹായി എറോളിന്റെ തലയിൽ ഞാനൊന്ന് തടവും.

അപ്പോൾ എനിക്ക് അന്നത്തെ യേസിൽ ഹാന്യേരിയുടെ ഒരു കോപ്പി ലഭിക്കും. അതപ്പോൾ അച്ചടിച്ചിട്ടേയുണ്ടാകുകയുള്ളൂ. മഷിയുടെ മണം മാറിയിട്ടുണ്ടാകില്ല. ഞാനവിടെയിരുന്ന് അച്ഛനെഴുതുന്ന കോളം വായിക്കും.

രാഷ്ട്രീയ പാർട്ടികൾ

ടർക്കി നാട്ടുഭാഷയിൽ 'പാർട്ട്' എന്നൊരു വാക്കുണ്ട്. ഈ വാക്ക് കേട്ടിട്ടുള്ളവർക്കറിയാം ഇതിന്റെ അർത്ഥം ഉദരം, വയറ്, കുംഭ, അകത്തെ അവയവങ്ങൾ എന്നിങ്ങനെയൊക്കെയാണെന്ന്.

മെസ്സോപൊട്ടാമിയയിൽ സ്ഥിരതാമസമാക്കിയ പാർത്ഥിയനുകൾ (പുരാതന പേർഷ്യയിലെ ഒരു പ്രസിദ്ധ ഇറാനിയൻ രാഷ്ട്രീയ സാംസ്കാരിക ശക്തി), അയൽവക്കത്തെ സ്കൈത്തിയനുകൾ എന്നിവർ അവിടെ നിന്ന് പേർഷ്യൻ മണ്ണിലേക്ക് കുടിയേറി. പേർഷ്യൻ ചരിത്രത്തിൽ ഇവരെ യാഥാസ്ഥിതികരായും നല്ല യോദ്ധാക്കളായും ചിത്രീകരിച്ചിരിക്കുന്നു. എന്നാൽ കാലക്രമേണ ഇവർ ഗ്രീക്ക് സംസ്കാരത്തിന്റെ അംശങ്ങൾ സ്വീകരിക്കുകയും കൊട്ടാരവാസികളാകുകയും സുഖിയന്മാരാകുകയും ചെയ്തു. സ്വാഭാവികമായും ഇതിനെതിരെ ജനരോഷമുയർന്നു. അവസാനം സസ്സാനിയനുകൾ പാർത്ഥിയനുകളെ തോല്പിച്ചു.

'പാർട്ടി' എന്ന വാക്ക് നമ്മുടെ ഭാഷയ്ക്ക് ഫ്രഞ്ച് ഭാഷയിൽ നിന്ന് ലഭിച്ചതാണ്. സംഘടന, പാർട്ടി, ചില കളികൾ എന്നെല്ലാം അർത്ഥമുണ്ട്.

ലാഭമുണ്ടാക്കാവുന്ന വിലകുറഞ്ഞ വസ്തുക്കളുടെ പാർട്ടി. ഇതിൽ ഏറ്റവും പ്രധാനമുള്ള പ്രയോഗം 'വൻ പാർട്ടിയായി' അല്ലെങ്കിൽ 'ഗംഭീരൻ പാർട്ടി കിട്ടി' എന്നതാണെന്ന് എനിക്ക് തോന്നുന്നു. വലിയ ലാഭം കിട്ടി എന്നാണിതുകൊണ്ട് ഉദ്ദേശിക്കുന്നത്. അതുപോലെ ഇതിനു വിപരീതമായ പദങ്ങളും ഉപയോഗിക്കാറുണ്ട്.

പ്രിയ വായനക്കാരെ, നമ്മുടെ ഭാഷയിൽ 'പാർട്ട്' എന്നൊരു വാക്കിന്റെ പ്രാധാന്യം ഇപ്പോൾ നിങ്ങൾക്ക് മനസ്സിലായിട്ടുണ്ടാകുമല്ലോ. വാക്കിന്റെ അർത്ഥം ഇപ്പോഴും പൂർണ്ണമായും ഗ്രഹിക്കാനാകാത്തവർക്ക് ഞാൻ കുറച്ചുകൂടി തെളിച്ച് പറയാം. അനാഥരുടെ ഭക്ഷണം കട്ട് തിന്നുന്ന തടിയൻ പൂച്ചകളേ, നിങ്ങളോട് ഞാൻ പറയുന്നത്. രാഷ്ട്രീയം എന്നാൽ 'സ്വന്തം ശരീരം വീർപ്പിക്കുക' എന്നാണെന്ന് കരുതുന്നതിനോട് നമുക്കെല്ലാം എതിർപ്പുണ്ട്. എപ്പോഴും എതിർക്കുകയും ചെയ്യും.

ഇങ്ങനെ പറഞ്ഞതുകൊണ്ട് ഞാൻ എല്ലാ രാഷ്ട്രീയക്കാരേയും ഈ ഗണത്തിൽപെടുത്തുന്നു എന്ന് കരുതരുതേ. നമ്മുടെ ലക്ഷ്യത്തെ

മുസ്തഹ കുത്ലു

തെറ്റിദ്ധരിക്കരുത്. പിന്നെ നമ്മൾ ആരെയാണുദ്ദേശിച്ചത്? അത് അങ്ങനെയുള്ളവർക്ക് നന്നായി അറിയാം. അവരെ ഒന്നൊന്നായി നമുക്ക് തുറന്ന് കാണിക്കാം. ഇതെന്റെ വാക്കാണ്.

അച്ഛൻ പട്ടണത്തിലെ എതോ ഒരു രാഷ്ട്രീയക്കാരനെയാണുന്നം വച്ചത് എന്ന് വ്യക്തം. അത് ആരുതന്നെയായിരുന്നാലും ഈ ലേഖനം പ്രസിദ്ധീകരിച്ച് കഴിഞ്ഞാൽ അയാൾ അച്ഛന്റെ ശത്രുവാകും. അത് എന്നെ ഭയപ്പെടുത്തി.

ഈ പട്ടണത്തിൽ ഞങ്ങൾ എത്തുന്നതിനു മുമ്പ് നടന്ന റെയിഡുകൾ ഞാനോർത്തു.

പുസ്തകക്കടയുടെ ഏകാന്തതയിൽ, ഇരുട്ടിൽ, തണുപ്പിൽ ഞാനിരുന്നപ്പോൾ പുസ്തകങ്ങളുമായുള്ള എന്റെ ആത്മബന്ധം വർദ്ധിച്ചു. അച്ഛനാകട്ടെ, രാഷ്ട്രീയത്തിന്റെ കലങ്ങിയ വെള്ളത്തിലേക്ക് എടുത്ത് ചാടിയിരുന്നു. അദ്ദേഹത്തിനിതിന്റെ ആവശ്യമെന്തെന്ന് അദ്ദേഹം ഏതെങ്കിലും ഒരു രാഷ്ട്രീയ കക്ഷിയുടെ അംഗമായിരുന്നെങ്കിൽ എനിക്ക് മനസ്സിലാകുമായിരുന്നു. പക്ഷേ അങ്ങനെയല്ലല്ലോ...

അച്ഛൻ നീതിയുടെ കാഹളമൂതാൻ തുടങ്ങിയപ്പോൾ, വൈഷമ്യത്തിലായത് ഞാനാണ്. അച്ഛൻ വീണ്ടും സ്വന്തം സ്ഥാനം അപകടത്തിലാക്കും. ഞങ്ങളുടെ മുൻ അവസ്ഥകളുടെ ആവർത്തനമാകും.

പക്ഷേ അതാണല്ലോ എന്റെ അച്ഛൻ!

ദൗർഭാഗ്യമെന്ന് പറയട്ടെ, നിങ്ങൾ ശ്വസിക്കുന്ന വായു, നിങ്ങൾ നീന്തുന്ന വെള്ളം, നിങ്ങൾ നടന്ന് നീങ്ങുന്ന വഴികൾ, നിങ്ങൾ ഇടപഴകുന്ന സമൂഹം, നിങ്ങളിൽ മാറ്റങ്ങൾ വരുത്തും.

എന്നെന്നും സന്തോഷവാനായി മാത്രം കണ്ടിട്ടുള്ള, ആരോടും പരാതിയില്ലാത്ത, ചുണ്ടിലൊരു ചൂളം വിളിയുമായി മാത്രം നടന്നിരുന്ന ആ മനുഷ്യൻ ഇപ്പോൾ എപ്പോഴും വാക്കുതർക്കങ്ങളിൽ ചെന്നുപെടുന്നു, അസന്തുഷ്ടനായിരിക്കുന്നു.

പിന്നെ ഒരു ദിവസം ഞാൻ ഭയന്നത് സംഭവിച്ചു.

ശത്രുക്കൾ അച്ഛനെതിരെ പരാതി നൽകി.

അച്ഛന് കോടതിയിൽ ഹാജരാകേണ്ടി വന്നു. "ഒരു സാമൂഹ്യ വ്യവസ്ഥയെ മറ്റൊന്നിന്റെ മേൽ അടിച്ചേല്പിക്കാനുള്ള, അല്ലെങ്കിൽ ഒരു വർഗ്ഗത്തെ തുടച്ച് നീക്കാനുള്ള, അല്ലെങ്കിൽ ഒരു സാമ്പത്തിക അഥവാ സാമൂഹിക പ്രസ്ഥാനത്തെ മറിച്ചിടുവാനുള്ള ലക്ഷ്യത്തോടെയുള്ള രാഷ്ട്രീയ പ്രചരണം..." എന്നായിരുന്നു കുറ്റം.

അച്ഛൻ അത് ഗൗരവത്തോടെ എടുത്തില്ല.

"പരിഭ്രമിക്കാനൊന്നുമില്ല. അവരുടെ പക്കൽ മുന്നോട്ട് പോകാനുള്ള നിയമവശങ്ങളൊന്നുമില്ല." അച്ഛൻ പറഞ്ഞു.

81

നിയമവും വ്യവഹാരവും അച്ഛന് നല്ലവണ്ണമറിയാം. അതുകൊണ്ട് തന്നെ നിയമ വ്യവസ്ഥയ്ക്ക് എതിരാകുന്ന യാതൊന്നും അച്ഛൻ എഴുതാറില്ല. അങ്ങനെ എഴുതിയിട്ടുമില്ല.

എന്നാൽ ശത്രുക്കളും നീതിന്യായ വകുപ്പും തമ്മിലുള്ള അടുത്ത ബന്ധം അച്ഛനെതിരായി. അതാണച്ഛനെതിരായി സംഭവിച്ചത്!

അച്ഛൻ എതിർത്തു. പ്രതിഷേധിച്ചു. എന്നാൽ എത്ര ഉച്ചത്തിൽ ശബ്ദമുണ്ടാക്കിയിട്ടും താൻ നിരപരാധിയാണെന്ന് ഉദ്ഘോഷിച്ചിട്ടും, ഫലമൊന്നുമുണ്ടായില്ല. ആദ്യ വിചാരണയ്ക്ക് ശേഷം അവർ അച്ഛനെ ജയിലലടച്ചു.

അച്ഛനെ ജയിലിൽ അടക്കേണ്ട ആവശ്യമൊന്നുമുണ്ടായിരുന്നില്ല. അച്ഛൻ തെളിവൊന്നും നശിപ്പിക്കുമായിരുന്നില്ല. തെളിവേ ഇല്ലായിരുന്നു എന്നത് വേറെ കാര്യം. അച്ഛൻ അപ്രത്യക്ഷനാകാനും പോകുന്നില്ല.

നല്ലൊരു പ്രതിരോധം തീർത്ത് പട്ടണത്തിനു മുഴുക്കെ മാതൃകയാകാൻ തയ്യാറെടുക്കുകയായിരുന്നു അച്ഛൻ. ഒരു നിരപരാധിയെ എങ്ങനെ കുറ്റവാളിയാക്കുന്നു എന്ന് പൊതുജനത്തിനു കാണിച്ചുകൊടുക്കാനുള്ള തയ്യാറെടുപ്പിലായിരുന്നു. ഞാൻ മൂസ കാവൂസിനും സെറെഫ് ബേയ്ക്കും ഒപ്പം അച്ഛനെ സന്ദർശിച്ചു. അച്ഛൻ പഴയതുപോലെ ഉല്ലാസവാനായിരുന്നു.

“ഇതുകൊണ്ട് അവസാനിക്കില്ല. എനിക്ക് വേണ്ടി ഒരു ‘റഫറി’യെ നിയമിക്കാൻ ഞാൻ ആവശ്യപ്പെടും.”

പക്ഷേ അച്ഛനെ അറസ്റ്റ് ചെയ്തത് ഈ രണ്ട് മനുഷ്യരുടേയും മനസ്സ് തകർത്തു. അധികസമയം അവിടെ ചിലവിടാതെ അവർ അപ്രത്യക്ഷരായി. പോകുമ്പോൾ “നീ പെട്ടെന്ന് പുറത്ത് വരും എന്ന് പ്രതീക്ഷിക്കുന്നു. വിഷമിക്കണ്ട. ഞങ്ങൾ ഒപ്പമുണ്ട്.” എന്ന് അവർ മന്ത്രിച്ചത് ഞാൻ കേട്ടു. ഞാനും അച്ഛനും മാത്രമായി അവിടെ.

“ആഗ, എങ്ങിനെയുണ്ട് കാര്യങ്ങളൊക്കെ?” എന്നെയൊന്ന് ഉന്മേഷവാനാക്കാനായി അച്ഛൻ ചോദിച്ചു. എനിക്ക് പ്രതീക്ഷകൾ നൽകുന്നതിനായി.

പക്ഷേ ഞാൻ ആശയക്കുഴപ്പത്തിലായിരുന്നു. അസ്വസ്ഥനും സംഭ്രാന്തനുമായിരുന്നു. പരിഭ്രമിച്ചിരുന്നു. അച്ഛന്റെ ഈ ഉല്ലാസം പങ്കുവയ്ക്കാൻ എനിക്കായില്ല. വിറയ്ക്കുന്ന സ്വരത്തിൽ ഞാൻ “ഇനി എന്ത് സംഭവിക്കും അച്ഛാ” എന്ന് ചോദിച്ചു.

“നീ വിഷമിക്കണ്ട. ഒന്ന് രണ്ട് മാസത്തിനുള്ളിൽ അവർ എന്നെ പുറത്ത് വിടും” എന്നായിരുന്നു മറുപടി.

“ഒന്ന് രണ്ട് മാസമോ?”

“അത്ര വലിയ കാലഘട്ടമാണെന്നൊക്കെ നീ ധരിച്ചോ?”

"എനിക്കറിയില്ല."

"നീ ഇതിനെക്കുറിച്ചാലോചിച്ച് വിഷമിക്കണ്ട. കണ്ണടച്ച് തുറക്കുന്നതിനു മുമ്പ് ഞാൻ ഈ പരീക്ഷണത്തിൽനിന്ന് പുറത്ത് കടക്കും."

എന്നിലെ ഉത്സാഹമെല്ലാം പമ്പകടന്നു. എന്നെ പിന്തുണയ്ക്കാൻ ആരുമില്ല. എന്നും എനിക്കൊപ്പമുണ്ടായിരുന്നത് എന്റെ അച്ഛനായിരുന്നു. അച്ഛൻ ഇപ്പോൾ ജയിലിലാണ്. ഞാനിപ്പോൾ മിക്കപ്പോഴും പുസ്തകക്കടയിലാണ്. അവിടെയാകട്ടെ ആരും കയറിവരുന്നുമില്ല. പക്ഷേ എനിക്ക് അച്ഛനിൽ പൂർണ്ണവിശ്വാസമുണ്ടായിരുന്നു എന്നുറപ്പ്. അച്ഛനെ എന്തായാലും അവർ പുറത്ത് വിടും. അച്ഛൻ ജയിലിൽ നിന്ന് പുറത്തിറങ്ങിയാലും ഞങ്ങളുടെ ഭാവി എന്താകും?

എന്റെ ഭാവി എന്തെന്ന് തീരുമാനിക്കാൻ വിധിയെന്തെന്നറിയാൻ ഒരു മാർഗ്ഗവുമില്ലാത്ത അവസ്ഥയിലായി ഞാൻ. എന്തൊക്കെയാണ് പകരം സാധ്യതകൾ. ഈ ചെറിയ പുസ്ത്കക്കടയുടെ ഉടമയായി ഞാൻ ഈ ചെറിയ പട്ടണത്തിൽ തന്നെ തുടരണോ, അങ്ങനെ എനിക്ക് ഇതുപോലെ ഒരു ചെറിയ ഭാവി കെട്ടിപ്പെടുക്കണോ അതോ ഞാൻ പട്ടാളസേവനത്തിനായി സമർപ്പിക്കണോ. അപ്പോൾ, എന്നെ അമ്പരപ്പിച്ചുകൊണ്ട്, വിധി അതിന്റെ മുഖം കാണിച്ചു. വിളിച്ച് പറഞ്ഞു "ഞാനിവിടെയുണ്ട്."

ഒരു ദിവസം, പെൺകുട്ടികൾക്കായുള്ള തുന്നൽ പരിശീലന സ്കൂളിലെ അദ്ധ്യാപികയായ സെവിം ഹാനിം, സ്കാർഫും ഉടുപ്പും ധരിച്ച ഒരു പെൺകുട്ടിയോടൊപ്പം കടയിൽ വന്നു. സെവിം ഹാനിം സ്കൂളിലേക്കാവശ്യമുള്ള സ്റ്റേഷനറി സാധനങ്ങൾ ഞങ്ങളുടെ കടയിൽ നിന്ന് വാങ്ങാറുണ്ട്. ഇതിനു മുമ്പ് വന്നപ്പോൾ അവർ ഒരു ഡയറി വാങ്ങിയിരുന്നു. ചാവികൊണ്ട് പൂട്ടിവയ്ക്കാവുന്ന ഒരു ഡയറി. അവരെ കണ്ടപ്പോൾ ഞാനവരെ കളിയാക്കിക്കൊണ്ട് "ഡയറിയെഴുത്തൊക്കെയില്ലേ?" എന്ന് ചോദിച്ചു.

"ഇല്ല. കവിതകൾ മാത്രം." അവർ പറഞ്ഞു.

അത് പറഞ്ഞപ്പോൾ അവരുടെ കവിൾ തുടുത്തു. ചുവന്നു.

സാഹിത്യം അവർക്കിഷ്ടമാണെന്ന് എനിക്കറിയാമായിരുന്നു. കാല്പനിക കവികളായ ഉമിത് യാസർ, ട്യുറൻ ഓഗുസ്ബസ്, നോവലിസ്റ്റുകളായ ബാർബറ കാർട്ലാന്റ്, ക്രോണിൻ എന്നിവരെയൊക്കെയാണവർ വായിക്കുന്നത്. ഇടയ്ക്കെപ്പോഴോ ഞാൻ ദസ്തയെവ്സ്കി അല്ലെങ്കിൽ കാഫ്ക വായിക്കാൻ നിർദ്ദേശിച്ചപ്പോൾ അവർ അത് തിരസ്കരിച്ചു.

അതെന്തോ ആകട്ടെ, നമ്മൾ പറയാൻ പോകുന്നത് സെവിം ഹാനിമിനെക്കുറിച്ചല്ലല്ലോ!

ഇത്തവണ ഞാൻ സെവിം ഹാനിമിനെയല്ല ശ്രദ്ധിച്ചിരുന്നത്. അവരോടൊപ്പം വന്ന പെൺകുട്ടിയെയാണ്. അവളുടെ കയ്യിലുള്ള ജമന്തിപ്പൂക്കളാണ് ആദ്യമെന്റെ ശ്രദ്ധയാകർഷിച്ചത്.

ദൈവമേ! പൂക്കളെ ഇഷ്ടപ്പെടുന്ന, പച്ചക്കണ്ണുള്ള ഒരു പെൺകുട്ടി.

അതിനുശേഷം ഞാൻ അവളുടെ കണ്ണിലേക്ക് നോക്കി. ഏത് കണ്ണാണാദ്യം കണ്ടത്? കണ്ണാണോ പൂക്കളാണോ ആദ്യം കണ്ടത്?

അതെന്തോ ആകട്ടെ...

തനിക്ക് വാങ്ങാനുള്ളതെല്ലാം സെവിം ഹാനിം തിരഞ്ഞെടുത്തു. വളരെയധികം സാധനങ്ങളുണ്ടായിരുന്നു അത്. പിന്നുകൾ, കാർബൺ പേപ്പർ, ടൈപ്പ്റൈറ്ററിന്റെ റിബ്ബൺ, ക്രാഫ്റ്റ് പേപ്പർ, ഫയലുകൾ അങ്ങനെയങ്ങിനെ. അതിനിടയിൽ ആ പെൺകുട്ടി ഷെൽഫിൽ നിന്നും ഒരു പുസ്തകമെടുത്ത് താളുകൾ മറിച്ച് നോക്കാൻ തുടങ്ങി.

അത് മറിച്ച് നോക്കിയതിനു ശേഷം അവൾ മറ്റൊരു പുസ്തകമെടുത്തു. പിന്നെ മറ്റൊന്ന്. ഒരു തീരുമാനത്തിലെത്താൻ അവൾ ബുദ്ധിമുട്ടുന്നു എന്നെനിക്ക് തോന്നി. അപ്പോൾ എന്തോ മറന്നതുപോലെ സെവിം ഹാനിം അവളുടെ കൈ പിടിച്ച് വലിച്ച് എനിക്ക് മുന്നിൽ കൊണ്ടുവന്ന് നിറുത്തി. “ഫെരിദേ, ഇവൾ സത്രം സൂക്ഷിക്കുന്നവരുടെ കുടുംബത്തിലേതാണ്.”

“ഏത് കുടുംബം?” എന്നായിരുന്നു എന്റെ പ്രതികരണം.

പട്ടണത്തിലെ ഏറ്റവും വലിയ കുടുംബങ്ങളിൽ ഒന്നാണ് ഹാൻസിലാർ. അവർക്ക് തന്നെ പല ശാഖകളുണ്ട്.

“ഹാസി ഹിൽമി എഫേന്തിയുടെ മകളാണിവൾ. അവിടെ ആ തുണിക്കട നടത്തുന്നില്ലേ, അയാളുടെ.”

പെൺകുട്ടി നിശ്ശബ്ദയായിരുന്നു. പുഞ്ചിരിക്കുന്നുണ്ടായിരുന്നു. ലജ്ജയിൽ കലർന്ന പുഞ്ചിരി. ഞാനും പുഞ്ചിരിച്ചു. വളരെ മൃദുവായി പറഞ്ഞു. “കണ്ടതിൽ സന്തോഷം. പുസ്തകം ഇഷ്ടമാണെന്ന് തോന്നുന്നു.”

സെവിം ഇടയ്ക്ക് കയറി. അവർ ഞങ്ങളെ യോജിപ്പിക്കാൻ ശ്രമിക്കുകയായിരുന്നോ?

“ഇവൾ നല്ല വായനക്കാരിയാണ്. നിനക്കൊന്നും ചിന്തിക്കാനേ ആകില്ല. ഒരു പുസ്തകം ഒറ്റ രാത്രികൊണ്ട് തീർക്കും.”

പെട്ടെന്ന് ഒരു ചില്ലുപാത്രത്തിലേക്ക് വെള്ളം വീഴുന്നതുപോലെ ആ പെൺകുട്ടിയുടെ സ്വരം വന്നു.

“വല്ലാതെ കൂട്ടിപ്പറയുന്നു സെമിം ജ്യേഷ്ഠത്തീ.”

ഇവർ അദ്ധ്യാപിക എന്ന വാക്കിനു പകരം സഹോദരി എന്നാണു പയോഗിച്ചത്.

“ഇത്രയ്ക്ക് വിനയമെന്തിന്? ‘ദ ഗ്രീൻ ഇയേഴ്സ്’ നീ ഒറ്റ രാത്രിയിലാണ് വായിച്ചത്. അതിനുശേഷം ‘സിറ്റാഡലും’.

സെവിം അവൾക്ക് ക്രോണിനിന്റെ പുസ്തകങ്ങളാണ് പരിചയപ്പെടുത്തിയത് എന്നുറപ്പ്. കെരിം നാദിർ, എസാത് മഹമ്മൂദ് എന്നിവരുടെ പുസ്തകങ്ങളും ഇവൾ വായിച്ചിട്ടുണ്ടാകുമോ എന്നദ്ഭുതപ്പെടുകയായിരുന്നു അപ്പോൾ ഞാൻ.

അതിനിടയിൽ ആ കുരുവിയുടെ മധുരനാദം വീണ്ടും വന്നു.

“അതെ. എനിക്ക് വായിക്കാൻ ഇഷ്ടമാണ്.”

എന്തോ വാക്കുകൾ എന്റെ നാക്കിൻ തുമ്പിലെത്തി. എന്നാൽ വന്നത് ബുദ്ധിശൂന്യമായ വാക്കുകളായിരുന്നു. നിസ്സാരങ്ങളായ ആ വാക്കുകൾ എവിടെ നിന്നാണ് വന്നത്?

“താങ്കളുടെ പേര് ഫെരീദെ എന്നാകയാൽ ഞാൻ വിഖ്യാത ടർക്കിഷ് എഴുത്തുകാരനായ റെസാത് നൂറിയുടെ ‘കാലികൂസു’ എന്ന പുസ്തകം തരാം.

അവൾ കണ്ണുയർത്തി. ഞങ്ങൾ പരസ്പരം കണ്ണിൽ നോക്കി. അപ്പോഴാണ് അവളുടെ പച്ചക്കണ്ണിൽ തവിട്ടുനിറവുമുണ്ടെന്ന് ഞാൻ കണ്ടത്.

സെവിം ഞങ്ങളെതന്നെ നോക്കി നിൽക്കുകയായിരുന്നു. ഞങ്ങൾ കണ്ണിൽ നിന്ന് കണ്ണെടുക്കാതെ നിൽക്കുന്ന കാഴ്ച ആസ്വദിക്കുകയായിരുന്നു. നാട്ടിൽ കിംവദന്തിക്കായി അന്ന് കിട്ടിയ ഏറ്റവും നല്ല ഇരയെ ആസ്വദിക്കുകയായിരുന്നു.

“ഞാൻ വായിച്ചിട്ടില്ല. എനിക്ക് തരാമോ?”

“പ്രിയ രാജകുമാരി, നീ എന്നോട് ഉത്തരവിടൂ. നീ ഉത്തരവിട്ടാൽ ഞാൻ എത്ര വേണമെങ്കിലും ഒടിഞ്ഞ് മടങ്ങും.”

ഞാൻ പുസ്തക ഷെൽഫുകളിൽ പരതാൻ ആരംഭിച്ചു. പുസ്തകം കിട്ടിയപ്പോൾ താളുകളിൽ പറ്റിപ്പിടിച്ചിരിക്കുന്ന പൊടി തട്ടി. എന്നിട്ട്, എന്റെ എളിയ പ്രവർത്തിക്ക് ഇത്തിരികൂടി ആകർഷണം ലഭിക്കാനായി, കനത്ത ശബ്ദത്തിൽ “ഇതെന്റെ സമ്മാനമായി സ്വീകരിച്ചാലും.”

അത് കേട്ട് രണ്ട് പെണ്ണുങ്ങളും ഒന്നിച്ച് ചിരിച്ചു. എന്നിട്ട് ഒന്നിച്ച് പറഞ്ഞു.

“അയ്യോ വേണ്ടാ... ഉറപ്പാണോ... എന്തുകൊണ്ട്?”

ആര് ശ്രദ്ധിക്കാൻ. ഞാൻ ‘സമ്മാനം’ എന്ന വാക്ക് ഉച്ചരിച്ച് കഴിഞ്ഞല്ലോ! ഞാൻ ഈ കഥ അനാവശ്യമായി വലിച്ച് നീട്ടുകയാണെന്ന് തോന്നുന്നു. ഒരാൺകുട്ടിയും പെൺകുട്ടിയും ആദ്യമായി കണ്ടുമുട്ടിയ ഒരു രംഗമായിരുന്നു അത്. ആദ്യസമാഗമത്തിലെ ആദ്യ നിമിഷങ്ങളിലെ നിഗൂഢതയല്ലേ ഒരു ബന്ധത്തിന്റെ അടിസ്ഥാനമാകുന്നത്? നിഗൂഢമെന്നൊക്കെ തോന്നാം. എന്നാൽ ഞങ്ങളുടെ ഈ സമാഗമത്തിൽ രസകരമായ ഒന്നുമുണ്ടായിരുന്നില്ല.

പുസ്തകക്കടയിൽ വച്ച് ആദ്യ സമാഗമം. ആ പെൺകുട്ടിക്ക് ഒരു പുസ്തകം സമ്മാനമായി നൽകൽ. സാധാരണമായ ചില വാക്കുകളുടെ കൈമാറ്റം. എല്ലാം തീർത്തും സാധാരണം. അതല്ലാതെ ഒന്നും പറയാനില്ലല്ലോ.

ആ രംഗങ്ങളെ ഒന്ന് മോടി പിടിപ്പിച്ച് അവളിൽ നിന്ന് ആ ജമന്തി പൂക്കൾ വാങ്ങി അവൾക്ക് ചുറ്റിലും നൃത്തം ചെയ്തതിനു ശേഷം എന്റെ ആദരവ്, ആരാധന, പ്രകടിപ്പിക്കാനായി ഫെരീദെയ്ക്ക് അവ സമ്മാനിച്ചു എന്ന് പറഞ്ഞാലോ! അതേ നിമിഷത്തിൽ ഈ രംഗത്തെ അനശ്വരമാക്കാനായി ക്ലോക്കിൽ നിന്നും മണിനാദത്തിനു പകരം ചിലച്ചിരുന്ന കിളി ചത്തുവീണു എന്നും പറയാം. ഇനിയും തുടരാം... പുറത്ത് വെള്ളക്കുതിരകളെ പൂട്ടിയ ഒരു രഥം വന്ന് നിന്നു. സെവിന്റെ വിടർന്ന കണ്ണുകൾക്ക് മുന്നിൽ വച്ച് ഞാൻ അവളെ ചുംബിച്ചു. അപ്പോൾ ഞാനൊരു രാജകുമാരനായി.

സാഹിത്യം എന്ന് പറയുന്നത് ഇതുപോലെ എന്തൊക്കെയോ അല്ലേ?

ഞാനിപ്പോൾ വാചകശകലങ്ങളെ വില്പനയ്ക്ക് വച്ചിരിക്കുന്നു എന്നാണ് ചിലർ പറയുന്നത്. എന്നാൽ ഞാനും ഫെരീദേയും തമ്മിലുള്ള ഈ 'ബന്ധ'ത്തിൽ എനിക്ക് അഭിനയങ്ങളോ നാട്യങ്ങളോ വേണ്ട. ഈ 'ബന്ധം' എന്ന വാക്കിനും ഒരു വ്യാജം കലർന്നിരിക്കുന്നതുപോലെ. ആ പേരുള്ള ഒരു സിനിമ ഓർമ്മവരുന്നു. ആഹു തുഗ്ബയാണതിൽ അഭിനയിച്ചിട്ടുള്ളത്. ഈ വാക്കുപയോഗിക്കുന്നത് ഞങ്ങൾ തമ്മിലുള്ള ബന്ധത്തെക്കുറച്ച് കാണിക്കലാകും.

അതെന്തോ ആകട്ടെ, അതിനു ശേഷം കാര്യങ്ങൾ ധടുതിയിൽ നീങ്ങി. എന്റെ പ്രശ്നങ്ങൾ ഇല്ലാതാകാനും തുടങ്ങി.

തന്റെ കേസ് കേൾക്കുമ്പോൾ ഒരു 'റഫറി'യെ നിയോഗിക്കണമെന്ന് അച്ഛൻ ആവശ്യപ്പെട്ടിരുന്നു. ഇതിനാൽ, അദ്ദേഹത്തിന്റെ ഫയൽ വിദഗ്ധരുടെ ഉപദേശത്തിനും നിർദ്ദേശത്തിനുമായി ഇസ്താംബൂളിലേക്ക് അയയ്ക്കപ്പെട്ടു. നിയമം പഠിപ്പിക്കുന്ന ചില പ്രൊഫസർമാരെ റഫറിയായി നിയോഗിച്ചു. അവരിൽനിന്നും മറുപടി വരാത്തതിനാൽ കേസ് നീട്ടിവയ്ക്കപ്പെട്ടു. പട്ടണത്തിലെ ജയിൽ വളരെ ചെറിയതായിരുന്നു. വളരെ കുറച്ച് തടവുപുള്ളികളേ അതിലുണ്ടായിരുന്നുള്ളു. ജയിൽജീവനക്കാർക്ക് ഞങ്ങളെല്ലാവരേയും അറിയാമായിരുന്നു.

ഞാൻ മിക്ക ദിവസങ്ങളിലും അച്ഛനെ സന്ദർശിക്കും. പലപ്പോഴും അച്ഛനിഷ്ടപ്പെട്ട വിഭവങ്ങളുണ്ടാക്കി കൊണ്ടുപോകും. ആ പാചകമെല്ലാം അച്ഛൻ തന്നെയാണെന്നെ പഠിപ്പിച്ചിട്ടുള്ളത്.

അച്ഛൻ തന്റെ അവസ്ഥ ആസ്വദിക്കുകയാണെന്ന് തോന്നി.

ജയിലിനകത്ത് തനിക്ക് ജോലി ചെയ്യാനുള്ള സൗകര്യങ്ങളും അച്ഛൻ ഒരുക്കി. തന്റെ കട്ടിലിനരികിൽ ഒരു മേശയ്ക്ക് പുറത്ത് ടൈപ്പ് റൈറ്റർ

സ്ഥാപിച്ചു. അദ്ദേഹം തന്റെ ലേഖനങ്ങൾ എഴുതുന്നതും പ്രസിദ്ധീകരിക്കുന്നതും തുടർന്നു. ആശ്ചര്യമെന്ന് പറയട്ടെ, ആരും ഇതിനെ എതിർത്തില്ല.

അങ്ങനെ ഒരു സന്ദർശനത്തിനായി ഞാൻ പോകുന്നതിനു തൊട്ടു മുമ്പ്, പണ്ട്, ഞാൻ കുട്ടിയായിരുന്നപ്പോൾ അച്ഛൻ എനിക്കായി വാങ്ങിയ മൗത്ത് ഓർഗൺ കണ്ണിൽ പെട്ടു. വാങ്ങിയത് എനിക്കുവേണ്ടിയായിരുന്നുവെങ്കിലും അത് അച്ഛനാണെപ്പോഴും വായിച്ചിരുന്നത്. ഞാൻ ആ ഉപകരണം അച്ഛനു കൊടുക്കാൻ തീരുമാനിച്ചു. ജയിലിൽ ഒറ്റയ്ക്കിരിക്കുന്ന രാത്രികളിൽ അത് അച്ഛനൊരു കൂട്ടാകും എന്ന് കരുതി. അത് കണ്ടപ്പോൾ അച്ഛന്റെ മുഖം കറുത്തു. ശോകത്തോടെ പറഞ്ഞു.

"ഇത് വായിക്കുന്ന അദ്ധ്യായം എന്നേ അവസാനിച്ചു. എന്നിട്ട് ടൈപ്പ്റൈറ്ററിലേക്ക് ചൂണ്ടി. ഇപ്പോൾ ഞാൻ ജനങ്ങളെ ഉണർത്തുന്ന ഈ കാഹളമാണ് ഊതുന്നത്. ഇത് നീ തന്നെ വച്ചേക്ക്."

മൗത്ത് ഓർഗൺ വാങ്ങാൻ അച്ഛനുദ്ദേശിക്കുന്നില്ല എന്നെനിക്ക് മനസ്സിലായി. ഞങ്ങൾ അച്ഛന്റെ കട്ടിലിൽ ഇരിക്കുകയായിരുന്നു. അച്ഛൻ എന്റെ മുടിയിൽ തലോടി. ഞാനൊരു കൊച്ചുകുഞ്ഞാണെന്ന മട്ടിൽ അച്ഛൻ എന്നെ തലോടി.

"എന്തൊക്കെയുണ്ട് വിശേഷങ്ങൾ? എന്നോട് പറയ്."

ഞാൻ ദീർഘമായൊന്ന് നിശ്വസിച്ചു.

"ഒന്നുമില്ല. കടയിലിരുന്ന് നേരം കൊല്ലുന്നു."

"അതേയോ... രസകരമായ ഒന്നും സംഭവിക്കുന്നില്ലേ?"

ഞാനൊന്ന് ഞെട്ടി. അച്ഛനെ നോക്കി. അച്ഛന്റെ കണ്ണിൽ എന്നെ കളിയാക്കുന്ന ഒരു പുഞ്ചിരി. അച്ഛനോട് എല്ലാം പറഞ്ഞാലോ?

പറയണ്ട എന്ന് ഞാൻ തീരുമാനിച്ചു. ഫെരീദെയെക്കുറിച്ച് ഞാൻ ഒന്നും പറഞ്ഞില്ല. അച്ഛനോട് അവളെക്കുറിച്ച് ഒന്നും പറഞ്ഞില്ല. എന്നാൽ ഫെരീദെ പിന്നേയും പല തവണ കടയിൽ വന്നു.

ഒരിക്കൽ സെവിം ഹാനിം ഒപ്പമുണ്ടായിരുന്നു. പിന്നെയെല്ലാം ഒറ്റയ്ക്കാണവൾ വന്നത്.

ഒറ്റയ്ക്ക് വന്നപ്പോൾ അവൾ ഒരു പുസ്തകം വാങ്ങാൻ ആഗ്രഹിച്ചു. എന്നാൽ അത് തുറന്ന് പറയാൻ ഒരു മടിയുള്ളതുപോലെ തോന്നി. അത് പ്രതീക്ഷിക്കേണ്ടതാണല്ലോ. ഇതൊരു ചെറിയ പട്ടണമല്ലേ? അവളാണെങ്കിൽ പ്രസിദ്ധമായ സത്രം സൂക്ഷിപ്പുകാരുടെ കുടുംബാംഗവും. അവൾക്ക് കാലികൂസുവിന്റെ പുസ്തകമായിരുന്നു വേണ്ടത്. ഇനിയും പഠിക്കാനായെങ്കിൽ, ഒരു അദ്ധ്യാപികയാകാനായെങ്കിൽ എന്നൊക്കെയാണാഗ്രഹമെന്ന് അവൾ പറഞ്ഞു. അത് പറഞ്ഞപ്പോൾ അവളുടെ മുഖമൊന്നിരുണ്ടു. ജാലകത്തിലൂടെ പുറത്തേക്ക് നോക്കി. പുറത്ത് മഴ പെയ്യുന്നുണ്ടായിരുന്നു.

"പക്ഷേ അവരെന്നെ ഇത്ര ദൂരേയ്ക്ക് ഒറ്റയ്ക്കയയ്ക്കില്ല!"

"ഇന്ന് മനസ്സിലെന്തോ വിഷമമുള്ളതുപോലെ തോന്നുന്നല്ലോ! ശാന്ത മാകൂ!"

"അത് താങ്കൾക്കെങ്ങിനെ അറിയാം. താങ്കൾ പുറത്ത് നിന്ന് വന്ന വ്യക്തിയാണ്. ഒരു ചെറിയ പട്ടണത്തിലെ ജീവിത വൈഷമ്യങ്ങളെന്തെന്ന് പറഞ്ഞാൽ താങ്കൾക്ക് മനസ്സിലാകില്ല. അതുപോലെ ഞങ്ങളുടേത് പോലെയുള്ള കുടുംബങ്ങളിലെ ബുദ്ധിമുട്ടുകളും." നിരാശകലർന്ന സ്വര ത്തിലാണവൾ അത് പറഞ്ഞത്.

"എനിക്കറിയാം" തലയാട്ടിക്കൊണ്ട് ഞാൻ പറഞ്ഞു. "ഞാനും ജീവിതം മുഴുക്കെ ചെറുപട്ടണങ്ങളിൽ മാത്രം ജീവിച്ചവനാണ്."

ഇത്തവണ ഞാൻ നേരത്തെ തിരഞ്ഞെടുത്ത് വച്ചിരുന്ന ഒരു പുസ്തക മാണ് അവൾക്ക് നൽകിയത്. അതിൽ ഒരു കടലാസിൽ "ഞാനെപ്പോഴും നിന്നെക്കുറിച്ച് ചിന്തിക്കുന്നു" എന്നെഴുതി വച്ചിരുന്നു. വായിച്ചതിനു ശേഷം അവൾ ആ പുസ്തകം തിരികെ തന്നു. അപ്പോൾ അതിൽ 'ഞാനും' എന്നെഴുതി ഒരു കടലാസ് വച്ചിരുന്നു.

ആ വാക്ക്, ശ്വാസംമുട്ടിമരിക്കാറായ എന്റെ ആത്മാവിനെ ചുംബിച്ചു ണർത്തിയതുപോലെയായി.

ഞങ്ങൾ ചട്ടിയിൽ വളർത്തിയിരുന്ന ഫൂച്സിയ ചെടി പുഷ്പിച്ചിരി ക്കുന്നു. ഗോൾഡ്ഫിഞ്ച് പക്ഷിക്ക് ഭ്രാന്ത് പിടിച്ചിരിക്കുന്നു. അവൾ നിർത്താതെ പാടുന്നു.

നീ ഇത്രയും സുന്ദരമായി പാടുന്നത് ഞാനിതുവരേക്കും കേട്ടിട്ടില്ലല്ലോ! ഞാൻ ഇരിപ്പിടത്തിൽനിന്നും ചാടിയെഴുന്നേറ്റു. അങ്ങോട്ടുമിങ്ങോട്ടും ഉലാത്താൻ തുടങ്ങി.

മേശകളിലെ പൊടിതുടച്ചു. ഷെൽഫുകളിലെ പൊടി തുടച്ചു. കട മൊത്തം തൂത്ത് വൃത്തിയാക്കി. ചെടിക്ക് വെള്ളമൊഴിച്ചു. കിളിക്ക് ഭക്ഷണം നൽകി. പുറത്തേക്കിറങ്ങി.

ദൂരെ ഒരു പയ്യനിരുന്ന് ഷൂസ് പോളീഷ് ചെയ്ത് കൊടുക്കുന്നത് കണ്ടു. ബാങ്കിനു മുന്നിലെ നടപ്പാതയിലാണവനിരിക്കുന്നത്. ഉറക്കെ ബഹളം വച്ച്, ഭ്രാന്തനെ പോലെ കൈകളാട്ടി ഞാൻ അവനെ വിളിച്ചു. ഒരു വിഡ്ഢിയെപ്പോലെ പുഞ്ചിരിക്കുന്നുണ്ടായിരുന്നു ഞാൻ. സ്വർഗ്ഗ ത്തിൽ നിന്നെന്തോ വാർത്ത ഞാനപ്പോൾ കേട്ടതേയുള്ളൂ എന്ന് ജനം കരുതിയിരിക്കും.

ഷൂ പോളീഷ് ചെയ്യുന്ന പയ്യനെത്തി. ഞാൻ ഒരു സ്റ്റൂൾ വലിച്ചിട്ട് അവനു മുന്നിലിരുന്നു. എന്നിട്ട്

"ഇത് വെട്ടിത്തിളങ്ങണം. ഇത്രയും നല്ല മാനസികാവസ്ഥയിൽ ഇനി നീ എന്നെ കണ്ടെന്ന് വരില്ല" എന്ന് പറഞ്ഞു. അവനു ഞാൻ സാധാരണ നൽകുന്ന അമ്പത് നാണയത്തിനു പകരം നൂറു നൽകുമെന്ന് ആ തെമ്മാടിക്കെങ്ങിനെ മനസ്സിലാകാനാണ്?

അന്ന് രാത്രി കാറ റ്റ്യുറാന്റെ വർക്ക്ഷോപ്പിൽ പോയിരുന്ന് മദ്യപിച്ചു. കൊറിക്കാനും മറ്റുമായി പലതും ഞാൻ കൈവശം വച്ചിരുന്നു. എന്തോ കാര്യമായി സംഭവിച്ചിരിക്കുന്നു എന്ന് റ്റ്യുറാനും മനസ്സിലാക്കി. എന്നാൽ പൂച്ചയെ പുറത്ത് ചാടിക്കാൻ ഞാൻ തയ്യാറായില്ല.

“ആഘോഷിക്ക്. ഈ രാത്രി മുഴുക്കെ ആഘോഷിക്ക്.” എന്ന് മാത്രം ഞാൻ പറഞ്ഞു.

ഞങ്ങൾ മദ്യപിച്ചു. പാട്ടുപാടി. പുലർച്ചെവരെ അത് തുടർന്നു. ഞങ്ങൾ നെസെറ്റ് ഏർതായുടെ

“പ്രിയേ, നീണ്ട മിഴികളോടുകൂടിയവളേ

എന്റെ നോട്ടം നിന്നെ വൃണപ്പെടുത്തുമോ

എന്ന ഭയത്തിലാണു ഞാൻ” എന്ന പാട്ട് പാടി.

ഞങ്ങളങ്ങനെ ആഘോഷിച്ചുകൊണ്ടിരുന്നപ്പോൾ, പട്ടണത്തിൽ ഭയപ്പെടുത്തുന്ന ഒരു വാർത്ത പരക്കുകയായിരുന്നു. തലേന്ന് രാത്രി പട്രോളിങ്ങിനു പോയ ഒരു സംഘം ശ്മശാനത്തിൽ ഭയപ്പെടുത്തുന്ന ഒരു കാഴ്ച കണ്ടു. കാവൽക്കാരൻ വല്ലാതെ ഭയന്നിരിക്കുന്നു. വളരെയധികം പേർ അവിടെ ഓടിയെത്തി. അവരെല്ലാം അതേ കാഴ്ച കണ്ടു എന്നവകാശപ്പെട്ടു.

ശ്മശാനത്തിൽ വളരെയധികം മരങ്ങളുണ്ട്. രാത്രിയിൽ ഭയപ്പെടുത്തുന്ന ഒരു സ്ഥലം തന്നെയായിരുന്നു അത്.

അന്ന് രാത്രിയിൽ ആ മരങ്ങളിൽ ചില വെളിച്ചങ്ങൾ കണ്ടു എന്നാണ് രാത്രി പട്രോളിങ്ങിനിറങ്ങിയ സംഘം അവകാശപ്പെടുന്നത്. അവിടെ നിന്ന് സംഗീതവും കേട്ടുവത്രെ!!!

കിംവദന്തികളുടെ തീവണ്ടി പുറപ്പെട്ടു കഴിഞ്ഞു. പിന്നെ അത് ഓരോരുത്തരായി ആവർത്തിക്കും തോറും അതിനു വേണ്ട പൊടിപ്പും തൊങ്ങലും ലഭിച്ചുകൊണ്ടേയിരുന്നു.

കുറച്ച് കഴിഞ്ഞപ്പോൾ അതൊരു പ്രേതകഥയായി. യക്ഷികളുടെ കല്യാണമാണെന്നായി ചിലർ. വേതാളങ്ങളുടെ വിരുന്ന് സത്കാരം നടക്കുകയാണെന്നായി മറ്റ് ചിലർ. അതിനു ശേഷം പകൽ പോലും അതുവഴി ആരും പോകാതായി. അവസാനം പൊലീസിനിതിൽ ഇടപെടേണ്ടി വന്നു. ഒരു രാത്രിയിൽ ധീരരായ ചില പൊലീസ് ഉദ്യോഗസ്ഥർ അവിടെ ഒളിച്ചിരുന്നു. ജനങ്ങൾ വിളക്കുകൾ കാണുകയും സംഗീതം കേൾക്കുകയും ചെയ്ത അതേ ശ്മശാനത്തിൽ.

അർദ്ധരാത്രി കഴിഞ്ഞപ്പോൾ ഒരു ഇരുണ്ട രൂപം മരങ്ങൾക്കിടയിൽ ഒളിച്ച് കളിക്കുന്നത് അവർ കണ്ടു. അതൊരു മദ്യപാനി മാത്രമാണെന്ന് തിരിച്ചറിഞ്ഞപ്പോൾ അവരെന്ത് ചെയ്തു എന്ന് ആർക്കുമറിയില്ല. പ്രത്യേകിച്ചും, പ്രേതം, ജിന്ന്, വേതാളം കഥകൾക്ക് ഇത്രയും പ്രചാരം ലഭിച്ചിരുന്ന ആ അവസരത്തിൽ.

അതെ, വൃക്ഷങ്ങൾക്കിടയിൽ പ്രേതത്തെപ്പോലെ പ്രത്യക്ഷപ്പെട്ട ആ രൂപമൊരു മനുഷ്യന്റേതായിരുന്നു. ഒരു സാധാരണ മനുഷ്യൻ. അയാൾ അവിടെ ഒരു ശവകുടീരത്തിനു മുകളിൽ വീണു. കയ്യിലുണ്ടായിരുന്ന രണ്ട് മെഴുക് തിരികൾ പുറത്തെടുത്ത് ആ മണ്ണിൽ കുത്തിവച്ചു. അയാളുടെ കയിൽ ബാഞ്ചൊ എന്ന സംഗീത ഉപകരണവുമുണ്ടായിരുന്നു.

അയാൾ ആ കുഴിമാടത്തിനു മുകളിൽ ഒരു പത്രം നിവർത്തി വച്ചു. അതിനു മുകളിലാണ് മെഴുക് തിരികൾ വച്ചത്. എന്നിട്ട് കീശയിൽ നിന്ന് ഭക്ഷണപ്പൊതിയെടുത്തു. രംഗം പൂർത്തിയാക്കാനായി ഒരു കുപ്പി വീഞ്ഞുമെടുത്തു. ഭക്ഷിക്കാനും കുടിക്കാനും സംഗീതം വായിക്കാനും തുടങ്ങി.

അവൾ അവളുടെ സുന്ദരപാദത്തിൽ
കറുത്ത പാദരക്ഷയിട്ടിരുന്നു
പ്രിയേ, നിതംബങ്ങളിങ്ങനെ വെട്ടിക്കാതെ
നീ എന്നെ വധിച്ചുകഴിഞ്ഞല്ലോ.

തങ്ങൾ കണ്ടുകൊണ്ടിരിക്കുന്ന രൂപം ഒരു യക്ഷിയുടേയോ, പ്രേതത്തിന്റേയോ അല്ലെന്നും അവരെപ്പോലെ ഒരു മനുഷ്യൻ മാത്രമാണെന്നും മനസ്സിലാക്കിയപ്പോൾ അവർക്ക് ആശ്വാസമായി. അവർ അയാൾക്കരികിലേക്ക് നീങ്ങി.

അപ്പോഴാണ് ശ്മശാനത്തിൽ വിരുന്ന് നടത്തുന്ന ഈ വ്യക്തി, പട്ടണത്തിലെ ഫോട്ടോഗ്രാഫറായ മദ്യപനായ സെലാമിയാണെന്ന് അവരറിയുന്നത്.

അപ്പോൾ മുതൽ, പിരിമുറുക്കം നൽകിയ ഈ കാത്തിരിപ്പ്, ഒരാഘോഷമായി.

അപ്പോഴേ, ഉന്മത്തനായിട്ടുണ്ടായിരുന്ന സെലാമി, തന്റെ കുപ്പിയിൽ നിന്ന് ഒരു കവിൾ കൂടി ഇറക്കി. എന്നിട്ട് പറഞ്ഞ് തുടങ്ങി.

“എന്റെ പ്രിയപ്പെട്ട അച്ഛാ! ജീവിച്ചിരുന്നപ്പോൾ ഞാൻ വല്ലാതെ ബുദ്ധിമുട്ടിച്ചിട്ടുണ്ട് എന്നറിയാം. എന്നാൽ ഇപ്പോൾ താങ്കളാണെന്നെ ബുദ്ധിമുട്ടിക്കുന്നത്. ഇതാ ഇതൊരു കവിൾ കുടിച്ചോളൂ...”

എന്നിട്ട് ഇത്തിരി മദ്യം കുപ്പിയിൽ നിന്ന് മണ്ണിലേക്കൊഴിച്ചു. അയാൾ തന്റെ മദ്യം മരിച്ചുപോയ അച്ഛനുമൊത്ത് പങ്കുവയ്ക്കുകയായിരുന്നു. അച്ഛനോട് സംസാരിക്കുകയായിരുന്നു. അപ്പോഴാണ് പൊലീസ് ഓഫീസർമാർ അരികിലെത്തിയത്. തന്നോടൊപ്പം മദ്യപിക്കാൻ അയാൾ പൊലീസുകാരേയും ക്ഷണിച്ചു.

”ഓാാാാ... സഹോദരങ്ങളേ... സ്വാഗതം... എന്തൊരു നല്ല കാലാവസ്ഥയാ. നമ്മളും ഉന്മേഷത്തിലാണ്. ഇതാ ഇതൊരു കവിൾ എടുത്തോളൂ.”

ഈ പ്രേതകഥ പട്ടണത്തിന്റെ ചരിത്രത്തിൽ ഇടം പിടിച്ചത് സ്വാഭാവികം. ഓരോ തവണ ഈ കഥ പറഞ്ഞപ്പോഴും അതിന്റെ രൂപത്തിലും ഭാവത്തിലും മാറ്റം വന്നതും സ്വാഭാവികം. അങ്ങനെ അത് കൂടുതൽ രുചികരമായി. 'സെലാമി എന്ന മദ്യപന്റെ സംഭവചരിത്രം' എന്ന തലക്കെട്ട് കിട്ടി. അത്തരം അനേകം കഥകളിലെ നായകനാണ് സെലാമി. മദ്യപനായ ഈ ഫോട്ടോഗ്രാഫറുടെ രസകരമായ പക്ഷേ ശോകാർദ്രമായ കഥ ഞാനാദ്യം കേട്ടപ്പോൾ, അയാൾ എന്റെ ജീവിതത്തിൽ ഒരു സ്ഫോടനം തന്നെ നടത്തുമെന്ന് ചിന്തിക്കാനേ എനിക്കായില്ല.

സെലാമി സത്രം കുടുംബാംഗമായിരുന്നു. സ്ഥാനത്തിൽ കുറച്ച് മുന്തിയവരാണവർ. അച്ഛൻ ഹാജി സുലെയ്മാൻ അദ്ദേഹത്തെ നഗരത്തിലേക്ക് ഉന്നത വിദ്യഭ്യാസത്തിനായി അയച്ചതാണ്. "കുടുംബത്തിൽ കച്ചവടക്കാർ അനവധിയുണ്ട്. ഇനി വിദ്യാഭ്യാസമുള്ളവരെയാണ് വേണ്ടത്" എന്നാണ് അതിനു പിൻബലമായി അച്ഛൻ പറഞ്ഞത്. നഗരത്തിൽ എന്ത് സംഭവിച്ചു എന്നറിയില്ല. അവിടെ ഉന്നത വിദ്യാഭ്യാസത്തിനു പോയ മകൻ ഭ്രാന്തനായാണ് തിരിച്ചെത്തിയത്.

ആ യുവാവിന്റെ മാനസികനില എങ്ങനെ വഷളായി? പ്രണയമായിരുന്നോ കാരണം അതോ ആത്മാഭിമാനമോ? ആർക്കുമറിയില്ലെന്നുണ്ടോ?

അങ്ങനെ മനസ്സിന്റെ സമനില തകർന്ന് സെലാമി വീട്ടിൽ തിരിച്ചെത്തിയപ്പോൾ കുടുംബം അമ്പരന്നു. ഇതൊരു കൊച്ചുപട്ടണമായതിനാൽ അവനു വേണ്ടി ഓരോരുത്തരും സ്വന്തം കഥ മെനയുവാൻ തുടങ്ങി.

അവന്റെ ഭാവി പദ്ധതികളെന്താണെന്ന് കുടുംബം അവനോട് ചോദിച്ചില്ല. കുടുംബത്തിലും പാരമ്പര്യസ്വത്തിലും കുടുംബത്തിനു പാരമ്പര്യമായി ലഭിച്ച അധികാരങ്ങളിലും അവന് താത്പര്യമില്ല എന്ന് അവർ ദുഃഖത്തോടെ അറിഞ്ഞു. അതുപോലെ ഒരു വ്യാപാരം നടത്തുന്നതിലും അവന് താത്പര്യമില്ല. അവനങ്ങനെ വെറുതെ ഓരോന്നാലോചിച്ച് അലഞ്ഞ് നടന്നു. ഒരു വിവാഹം കഴിപ്പിക്കുന്നതാകും പോംവഴി എന്ന് അവർ അവസാനം തീരുമാനിച്ചു. എന്നാൽ അതിനും അവൻ സമ്മതിച്ചില്ല. ഇത് മാത്രമല്ല, പട്ടണത്തിലെ ഏറ്റവും കുപ്രസിദ്ധിയാർന്ന സ്ഥലമായി അവന്റെ ഇഷ്ടകേന്ദ്രം. ഹാക്കി എന്ന ഫോട്ടോഗ്രാഫറുടെ കടയായിരുന്നു അത്.

ഹാക്കി ഒരു തികഞ്ഞ മദ്യപാനിയായിരുന്നു.

അയാളിൽ നിന്നും മദ്യക്കുപ്പി ഒഴിഞ്ഞ നേരമുണ്ടായില്ല. മദ്യം തലയ്ക്ക് പിടിച്ചാൽ അയാൾ തന്റെ ബാഞ്ചോ എടുത്ത് വായിക്കാനാരംഭിക്കും. പ്രഭാതമാകുന്നതുവരേക്കും അത് വായിച്ചുകൊണ്ടേയിരിക്കും. എന്നാൽ ആളുകളോടെല്ലാം അയാൾ മധുരമായി സംസാരിക്കുമായിരുന്നു. അനേകം പ്രണയകഥകളുമായി അയാൾ കേൾവിക്കാരുടെ മനം കവരും.

അത് അടുത്ത കാലത്ത് നടന്ന കഥകളാകാം അല്ലെങ്കിൽ ഭൂതകാലങ്ങളിലെന്നോ സംഭവിച്ചവയാകാം. ഇടയ്ക്കാക്കെ "ഹാക്കി ബാബ അച്ഛൻ പിന്നെയെന്തുണ്ടായി" എന്ന് ചോദിക്കുന്ന ഏത് കേൾവിക്കാരനേയും അയാൾ സ്വാഗതം ചെയ്യും. അങ്ങനെ ഒരാളെ കിട്ടിയാൽ അയാളുടെ പ്രായംപോലും പിന്നെ അയാൾക്കൊരു പ്രശ്നമല്ല. കഥകൾ വന്നുകൊണ്ടേയിരിക്കും.

തന്റെ സമ്പത്ത്, അധികാരം, എന്നിവയെല്ലാം പുറംകൈകൊണ്ട് തട്ടിമാറ്റി, സെലാമി,ഈ മദ്യത്തോട് ആസക്തിയുള്ളവനായി. ചീത്ത കൂട്ടുകെട്ടുകൾ ചീത്ത വീഞ്ഞുപോലെയാണെന്നൊരു പഴമൊഴിയുണ്ട്. ഇത് സത്യമാണെന്ന് സെലാമി തെളിയിച്ചു. ഹാക്കി ഉസ്തയുടെ നിപുണതകളും പ്രകൃതവും അയാൾ സ്വീകരിച്ചു. ഹാൻസിസേഡ് കുടുംബം എല്ലാ മാർഗ്ഗങ്ങളുമുപയോഗിച്ച് അയാൾക്ക്മേൽ സമ്മർദ്ദം ചെലുത്തി. "ഇത് ചെയ്യരുത്" എന്നാവശ്യപ്പെട്ടു. എന്നാൽ അതേസമയം അയാളുടെ ലോലമായ മാനസികനിലയെക്കുറിച്ചൊരു വേവലാതിയും അവരിലുണ്ടായിരുന്നു. ഇപ്പോഴേ പാതി വിഭ്രാന്തിയിലാണയാൾ, ഇനിയും സമ്മർദ്ദം ചെലുത്തിയാൽ ഉള്ളപാതിയും നഷ്ടപ്പെട്ടേക്കാം. അപ്പോൾ പിന്നെ എന്ത് ചെയ്യാനാകും?

ദിവസങ്ങൾ ഇങ്ങനെ കൊഴിഞ്ഞ് വീണു. സലാമി, ഹാക്കി ഉസ്തയുടെ ജോലി പഠിച്ചെടുത്തു എന്ന് മാത്രമല്ല അതിൽ നിപുണതയുള്ള ഒരുവനായി മാറുകയും ചെയ്തു. ഹാക്കി ഉസ്തയിൽനിന്നും ബാഞ്ചോ വായിക്കാനും മദ്യപിക്കാനും കഥ പറയാനുമുള്ള നിപുണതകളും നേടിയെടുത്തു. പുലരുംവരെ ഇതൊക്കെ ചെയ്തുകൊണ്ടിരിക്കുന്നതിൽ അതിനിപുണത നേടി.

അങ്ങനെ ഗുരുവും ശിഷ്യനും സഹമദ്യപന്മാരായി. അവരൊന്നിച്ച് അനേകം അപവാദങ്ങളിൽ ചെന്ന് പെട്ടു. അനേകം തവണ മാനഹാനി വിളിച്ച് വരുത്തി. ഈ ദുഃഖം സഹിക്കവയ്യാതെ ഹാജി സുലൈമാൻ രോഗിയായി. കുടുംബത്തിനു നാണക്കേടുണ്ടാക്കിക്കൊണ്ടിരിക്കുന്ന തന്റെ പുത്രന് അദ്ദേഹം ഒരിക്കലും മാപ്പ് നൽകിയില്ല. ആ ദുഃഖത്തിൽ അയാൾ മരിച്ചുപോയി. "തന്തയില്ലാത്തവനേ, നീയാണെന്നെ കൊന്നത്" എന്നായിരുന്നു അയാളുടെ അവസാനത്തെ വാക്കുകൾ.

ജീവിതം ആസ്വദിക്കുന്നവരുടെ, ജീവിതത്തിൽ സന്തോഷം മാത്രം തിരയുന്നവരുടെ, കളിസ്ഥലമല്ല ഈ ലോകം. നമ്മുടെ സമയമെത്തിയാൽ നമ്മൾ ഓരോരുത്തരായി ഇവിടം വിടും. ഹാക്കി ഉസ്തയുടേയും സമയം വന്നു. അപ്പോഴേക്കും അദ്ദേഹത്തിന്റെ ശാരീരികശേഷികളെല്ലാം നശിച്ചിരുന്നു. അയാൾ കിടപ്പിലായിട്ടുണ്ടായിരുന്നു. അയാൾക്ക് ജോലിയൊന്നും ചെയ്യാനാകാത്ത അവസ്ഥയായതിനാൽ സെലാമി കട ഏറ്റെടുത്തു. അങ്ങനെ തനിക്കും സെലാമിയുടെ കുടുംബത്തിനും വേണ്ട അന്നം കണ്ടെത്തി. ഈ ദയകൊണ്ട് താൻ ഇപ്പോഴും ആ കുലീന

വർഗ്ഗത്തിന്റെ രക്തം പേറുന്നവനാണെന്ന് ലോകത്തിന് കാണിച്ചു കൊടുത്തു. എല്ലാവരും അവനെ പുകഴ്ത്തി. "ഹാൻസിലാർ കുടുംബ ത്തിലെ സുലൈമാൻ (അയാളുടെ ആത്മാവിന് നിത്യശാന്തി നേരുന്നു) ധനികനായായിരുന്നു. എന്നാൽ മദ്യപനെങ്കിലും കാരുണ്യവാനായ ഈ മകനോളം കുലീനനല്ല അയാൾ" എന്നായിരുന്നു പലരുടേയും അഭി പ്രായം.

തന്റെ ഉദാസീനമായ ജീവിതവും ശാരീരിക സ്ഥിതിയും വസ്ത്ര ധാരണ രീതിയും തമ്മിലുള്ള വ്യത്യാസം സെലാമി അങ്ങനെ പ്രകട മാക്കി. തൃപ്തിപ്പെടുത്താൻ വളരെ ബുദ്ധിമുട്ടുള്ള ഒരു മനുഷ്യനായിരുന്നു അയാൾ.

വൃത്തിയായി അലക്കി ഇസ്തിരിയിട്ട വസ്ത്രമാണയാൾ ധരിക്കുക. ടൈ ധരിച്ചിട്ടുണ്ടാകും. മുടിയിൽ ജെൽ പുരട്ടിയിട്ടുണ്ടാകും. അതും ഭംഗി യായി ചീകിവച്ചിട്ടുണ്ടാകും. എപ്പോഴും വൃത്തിയായി ഷേവ് ചെതിട്ടു ണ്ടാകും. ഷൂസ് പോളിഷ് ചെയ്തിട്ടുണ്ടാകും. അയാൾക്ക് ഒരു ഉറക്കം തൂങ്ങിയുടെ ഭാവം നൽകുന്ന ചുവന്ന മൂക്കും രക്തത്തിന്റെ നിറമുള്ള കണ്ണുകളും ഒഴിവാക്കിയാൽ, അയാളേക്കാൾ മികച്ച ഒരു മാന്യനില്ലെന്ന് നിങ്ങൾ തെറ്റിദ്ധരിച്ചേക്കും.

നേരം പുലരുന്നതിനു മുമ്പേ അയാൾ മദ്യപിച്ച് തുടങ്ങും. എങ്കിലും നിങ്ങളോട് വളരെ മര്യാദയോടെ, സന്തോഷത്തോടെ സംസാരിക്കും. ജോലി ചെയ്യുന്നത് കണ്ടാൽ അയാൾ മദ്യപിച്ചിരിക്കുന്നു എന്ന സംശ യമേ നിങ്ങൾക്ക് തോന്നുകയില്ല. എന്നാൽ ഉച്ചകഴിഞ്ഞാൽ പിന്നെ കാര്യങ്ങൾ മെല്ലെ കൈവിട്ട് പോയിത്തുടങ്ങും.

അങ്ങനെയൊരു സായാഹ്നമായിരുന്നു അത്.

അയാൾ സെവിം ഹാനിം, ഫെരിദെയെ എന്നിവരെ കണ്ടുമുട്ടി.

അയാൾ ഒരു പെണ്ണിനെ ശല്യപ്പെടുത്തി എന്ന് പോകട്ടെ, എന്തെ ങ്കിലും ദുരുദ്ദേശ്യത്തോടെ നോക്കി എന്നുപോലും അതുവരേക്കും ആരും കേട്ടിട്ടില്ല. എന്നാൽ ഇത്തവണ, അയാളുടെ ആത്മാവിൽ കുടിയേറിയ തേത് ചെകുത്താനാണെന്ന് ആർക്കറിയാം. സെലാമി വളരെ വിചിത്ര മായി പെരുമാറാനാരംഭിച്ചു.

അയാൾ ഇവർക്ക് നേരെ അസഭ്യം കലർന്ന ടിപ്പണികൾ എയ്തു എന്ന് മാത്രമല്ല, അവരെ തടഞ്ഞ് സംസാരിക്കാനുമാരംഭിച്ചു. സ്ത്രീകൾ രണ്ട് പേരും ഭയന്നു. അവർ ഓടി. അയാൾ അവർക്ക് പുറകെ ഓടി.

കടയിൽ കച്ചവടമൊന്നുമില്ലാത്തതിനാൽ ഞാൻ ചെഖോവിന്റെ കഥ കളിൽ മുഴുകിയിരിക്കുകയായിരുന്നു. പെട്ടെന്ന് കടയുടെ വാതിൽ ആരോ തള്ളിത്തുറന്നു.

രണ്ട് പെണ്ണുങ്ങളും അകത്തേക്ക് കമിഴ്ന്നടിച്ച് വീണു. കിതയ്ക്കാൻ തുടങ്ങി.

“എന്തേ? ആരാ? എന്ത് പറ്റീ?” തുടങ്ങിയ അർത്ഥമൊന്നുമില്ലാത്ത വാക്കുകൾ എന്നിൽ നിന്ന് പുറത്ത് വന്നു.

“കുറച്ച് വെള്ളം കുടിക്കൂ. ഇരിക്കൂ. കിതപ്പ് മാറ്റൂ. ആരാണെന്ന് ഞാൻ നോക്കാം. മദ്യപിച്ച ആരോ ആണെന്ന് തോന്നുന്നു.”

ഞാനവരെ കടയ്ക്കുള്ളിൽ സുരക്ഷിതരായിരുത്തി പുറത്തേക്ക് നോക്കി. അവിടെ ജാലകത്തിനരികിൽ നിന്ന് സെലാമി കടയ്ക്കുള്ളിലേക്ക് എത്തിനോക്കുന്നു.

ഞാൻ വാതിൽക്കലേക്ക് ഇരച്ച് ചെന്നു. പക്ഷേ സെവിം ഹോച എന്നെ തടഞ്ഞു.

“ഇടപെടണ്ട. അയാൾ അമിതമായി മദ്യപിച്ചിട്ടുണ്ട്.”

അത് കേട്ട് ഞാൻ നിന്നു. രംഗം ശാന്തമാകും എന്ന് പ്രതീക്ഷിച്ചു. എന്നാൽ എന്റെ പ്രതീക്ഷ അസ്ഥാനത്തായിരുന്നു. ഞങ്ങൾ പ്രതികരിക്കുന്നില്ല എന്ന് കണ്ടപ്പോൾ അയാൾ കൂടുതൽ രോഷാകുലനായി.

കടയ്ക്ക് ചുറ്റിലും ആളുകൂടി. സൗജന്യമായി ഒരു കാഴ്ച കാണാൻ ലഭിച്ച സന്തോഷത്തോടെ ആളുകൂടി.

ചിലർ ചിരിച്ചു. എന്തൊക്കെയോ പറഞ്ഞ് അയാളെ വീണ്ടും പ്രലോഭിപ്പിച്ചുകൊണ്ടിരുന്നു.

“നിങ്ങളാണ് യഥാർത്ഥ വീരൻ. വിട്ടുകൊടുക്കരുത്. സിംഹമാണ് നിങ്ങൾ, സിംഹം.” അയാൾ കോപിഷ്ഠനായിരുന്നു. ഭ്രാന്തിളകിയിരുന്നു. അവസാനമയാൾ ഒരു തോക്ക് പുറത്തെടുത്ത് അലറാൻ തുടങ്ങി.

“അതിനകത്ത് ചുണയുള്ള ആൺകുട്ടിയുണ്ടെങ്കിൽ, എന്നെ വെല്ലുവിളിക്കാവുന്ന ഒരുത്തനുണ്ടെങ്കിൽ, പുറത്തിറങ്ങ്.”

ഇതാണിപ്പോൾ നന്നായത്. ഞാൻ പെൽവാൽ സുലൂമാന്റെ കൊച്ചുമകനാണ്. ഞങ്ങളങ്ങനെ അടങ്ങിയിരിക്കുന്ന വർഗ്ഗമല്ല. ഞാൻ പെണ്ണുങ്ങളെ തള്ളിമാറ്റി പുറത്തിറങ്ങി.

പെട്ടെന്ന് എല്ലാം നിശ്ശബ്ദമായി.

കാണികൾ ശ്വാസമടക്കി പിടിച്ചു. എന്ത് സംഭവിക്കും എന്നറിയാതെ വാ പൊളിച്ച് നിന്നു.

തോക്കും പിടിച്ച്, ചുവന്ന കണ്ണുകളുമായി സെലാമി എന്നെ തുറിച്ച് നോക്കി.

ചുവന്ന തുണി കണ്ട മത്സരക്കാളയെ ഓർമ്മിപ്പിച്ചു അയാളപ്പോൾ.

പക്ഷേ അയാൾ ഒന്നും ചെയ്തില്ല. കാത്ത് നിന്നു.

ഒരു ദ്വന്ദയുദ്ധം തുടങ്ങുന്നതിന് തൊട്ടുമുമ്പുള്ള രംഗം പോലെയുണ്ടായിരുന്നു അത്.

ഭാഗ്യമെന്ന് പറയട്ടെ, അപ്പോഴേക്കും പൊലീസ് രംഗത്തെത്തി. രംഗം ഒരു ടർക്കിഷ് മെലോഡ്രാമ പോലെയായി. ഹുലൂസി കെന്റ്മാൻ 1942നും 1988നും ഇടയിൽ മുന്നൂറോളം സിനിമയിൽ അഭിനയിച്ച ടർക്കിഷ് നടൻ. അച്ഛൻ, നല്ല സ്വഭാവമുള്ള പൊലീസ് ഉദ്യോഗസ്ഥൻ, ഫാക്ടറി ഉടമ എന്നീ റോളുകളാണധികവും കൈകാര്യം ചെയ്തിട്ടുള്ളത്. രംഗത്ത് വന്ന്, തന്റെ മീശയൊക്കെ ഒന്ന് പിരിച്ച്, പ്രായം ചെന്ന ഒരു പോലീസ് കമ്മീഷണറുടെ ഭാഗമഭിനയിക്കുന്നതിനു സമാനമായി. പൊലീസ് സെലാമിയെ പിടിച്ചുകൊണ്ടുപോയി. ഞാൻ കടയ്ക്കകത്തേക്ക് കയറി.

ഫെരിദെയുടെ കണ്ണുകൾ എന്റേതിലുടക്കി. പിന്നെയുള്ളതെല്ലാം നിങ്ങൾ ഊഹിച്ചാൽ മതി.

എന്നാൽ കഥയുടെ ബാക്കിഭാഗം പട്ടണം മെനഞ്ഞെടുത്തു. കിംവദന്തിക്കാരുടെ നാക്ക് ഇത്തരം കഥാതന്തുക്കൾ ലഭിക്കാനായി എപ്പോഴും കാത്തിരിക്കുകയാണ്. ഞങ്ങളുടെ കഥയ്ക്ക് പൊടിപ്പും തൊങ്ങലും വച്ചു. അതൊരു ഗ്രാഫിക് നോവലിനു സമാനമായി.

“അവൻ എന്റെ മരുമകളെ ഉപദ്രവിക്കുകയായിരുന്നു. അത് എന്റെ കുടുംബത്തിനു മാനക്കേടുണ്ടാക്കി. അതുകൊണ്ടാണ് ഞാൻ തോക്കെടുത്തത്” എന്നാണ് സെലാമി പൊലീസ് സ്റ്റേഷനിൽ ചെന്ന് പറഞ്ഞതത്രെ.

ആ വാചകം എന്നേയും ഫെരിദെയേയും വല്ലാതെ വേദനിപ്പിച്ചു. അതിനുശേഷം ആദ്യമായി കണ്ടപ്പോൾ അവൾ തേങ്ങിക്കരഞ്ഞു.

“നമ്മുടെ പേര് ചീത്തയായി. എനിക്ക് എന്നെക്കുറിച്ചാലോചിച്ച് വിഷമമില്ല. പക്ഷേ നിന്നെക്കുറിച്ചാലോചിച്ച്...” അവൾ പറഞ്ഞു.

അവൾ പറഞ്ഞതിലും കാര്യമുണ്ടായിരുന്നു. അതിനുശേഷം ഞാനെവിടേക്ക് പോയാലും ആരുമായി സംസാരിച്ചാലും എല്ലാവരും അർത്ഥവത്തായ ഒരു നോട്ടം സമ്മാനിക്കും, ചില വാക്കുകൾ ഉച്ചരിക്കും. വിഷയലമ്പടത്വം നിറഞ്ഞ വാക്കുകളാകുമവ.

“ഹാൻസിലാറിന്റെ മരുമകനാകാൻ പോകുകയാണെന്ന് കേട്ടു. ധനികരെയാണ് നോട്ടം അല്ലേ.” പലരും ചോദിച്ചു.

അത് സത്യമാണ്. ഞാൻ ഫെരിദെയെ പ്രണയിക്കുന്നു. അവൾ എന്നേയും പ്രണയിക്കുന്നുണ്ടെന്നതും സത്യം. നിർഭാഗ്യമെന്ന് പറയട്ടെ ആ യഥാർത്ഥ പ്രണയത്തിന്റെ പാത അധികം മുന്നോട്ട് പോയില്ല.

അക്കാലത്ത്, തന്റെ മൂല്യം കാണിക്കാനായി, യുവാവ് മലമുകളിൽ നിന്ന് മഞ്ഞുകൊണ്ടുവരണം എന്ന് എല്ലാ പെൺകുട്ടികളുടേയും മാതാപിതാക്കൾ പ്രതീക്ഷിച്ചിരുന്നു. അങ്ങനെയെന്തെങ്കിലും ചെയ്തില്ലെങ്കിൽ മകളുടെ ഭാവിവരൻ ധീരനാണെന്ന് അവർ സമ്മതിക്കില്ലായിരുന്നു.

ദുഖമെന്തെന്നാൽ ഈ കഥയിൽ ഒരു വീരനായകനാകാനുള്ള അവസരം പോലും എനിക്ക് നിഷേധിക്കപ്പെട്ടു എന്നതാണ്. ഫർഹാദായി മലനിരകളെ കീഴടക്കാൻ ഞാൻ തയ്യാറായിരുന്നു. എന്നാൽ എന്നോട് ഒന്ന് സംസാരിക്കാനുള്ള യോഗ്യതപോലും എനിക്കുണ്ടെന്ന് അവർ കരുതിയില്ല.

അവർ ആ പെൺകുട്ടിയെ വീടിനകത്ത് പൂട്ടിയിട്ടു.

അപ്പോൾ ഞാനോ? ഞാനാരാ? വിദ്യാഭ്യാസമില്ലാത്ത, ബന്ധുക്കളില്ലാത്ത, സമ്പത്തില്ലാത്ത, അച്ഛൻ ജയിലിലായ, പുറംനാട്ടുകാരനായ ഒരുവൻ.

അധികം താമസിയാതെ, അച്ഛനോട് അവർ എന്ത് ചെയ്തുവോ അത് തന്നെ എന്നോടും ചെയ്യും. ഈ പട്ടണത്തിൽ അധികം തുടരാൻ അവരെന്നെ അനുവദിക്കില്ല. ഈ പട്ടണത്തിൽ നിന്നും എന്നെ തുരത്താൻ അവരൊരു മാർഗ്ഗം കണ്ടെത്തും.

ഈ കോപത്തിന്റെ പ്രഭാവത്തിൽ ഞാൻ കാറ റ്റ്യുറാനെ കാണുന്നതും ഞങ്ങളൊരുമിച്ച് നദിക്കരയിലേക്ക് പോകുന്നതും പതിവാക്കി.

റ്റ്യുറാന് നിർത്താതെ സംസാരിക്കാനാകും. ഒരു യന്ത്രത്തോക്കു പോലെ. അത് പലപ്പോഴും കേട്ടുകൊണ്ടിരിക്കുന്നയാളെ വെറിപിടിപ്പിക്കും. അവർ പൊട്ടിത്തെറിക്കും. "മതി, ഒന്ന് നിർത്തുന്നുണ്ടോ?" എന്ന് ചോദിക്കും. എന്നാൽ എന്നെ സംബന്ധിച്ചിടത്തോളം എനിക്ക് ഏറ്റവും ആവശ്യമുള്ള സൗഹൃദമായിരുന്നു അപ്പോഴത്. അതൊരു പശ്ചാത്തല സംഗീതമായിരുന്നു, മധുരമുള്ള ഉറക്കുപാട്ടായിരുന്നു.

അവസാനിക്കാത്ത മോഹങ്ങളും സ്വപ്നങ്ങളുമുള്ള വ്യക്തിയായിരുന്നു റ്റ്യുറാൻ . ഇൻസിത്തെമസ് സൃഷ്ടിച്ച മുറിവ് ഉണങ്ങുന്നതിനു മുൻപേ അവൻ റജിസ്ട്രേഷൻ ഓഫീസിലെ മാനേജരുടെ മകളുമായി പ്രണയത്തിലായി. കമ്മ്യൂണിറ്റി ഹാളിൽ ഈ ശരത്കാലത്തിൽ ഒരു പെയ്ന്റിങ്ങ് പ്രദർശനത്തിനും അയാൾ പദ്ധതിയിടുന്നുണ്ട്. അതിനെത്ര ചിലവ് വന്നാലും ചെയ്യും എന്ന് തന്നെയാണദ്ദേഹം പറയുന്നത്. ഒരു മാസിക നടത്തുന്ന 'സുന്ദരമുഖം' എന്ന മത്സരത്തിലൊന്ന് പങ്കെടുത്താലോ? അതിനൊരു ഫോട്ടോ എടുക്കണം. ഏത് പോസിലുള്ളതാകും നല്ലത്? വീടിനു പുറകിലുള്ള ഉപേക്ഷിക്കപ്പെട്ട ആ കലവറയൊന്ന് പുതുക്കി അതൊരു കോഴിക്കൂടാക്കി മുട്ടവ്യാപാരത്തിൽ ഏർപ്പെട്ടാലോ? തുസ്കു ബെകിർ എഫേന്തിക്ക് വേണ്ടി ബോർഡെഴുതിയതിന്റെ കാശ് ഇതുവരേക്കും വാങ്ങാൻ അവനായിട്ടില്ല!

അവനങ്ങനെ സംസാരിച്ചുകൊണ്ടിരിക്കുമ്പോൾ ഞാൻ പുല്ലിൽ മലർന്ന് കിടക്കും.

ആകാശം മുഴുവൻ നക്ഷത്രങ്ങളുണ്ടാകും.

നദിയുടെ മർമ്മരം വന്നും പോയുമിരിക്കും.

ചിലപ്പോൾ ഒരു കൂമന്റെ മൂളൽ എന്നെത്തേടിയെത്തും. പെട്ടെന്ന് എന്റെ ഏതാനും സ്വപ്നങ്ങൾ ആകാശത്തേക്കുയരും. ഞാൻ പുസ്തക ക്കട വിപുലീകരിച്ചിരിക്കുന്നു. പ്രസാധനവും തുടങ്ങിയിരിക്കുന്നു. യേസിൽ ഹാന്യേരി എന്ന വർത്തമാന പത്രം ഞാനും അച്ഛനും കൂടി വിപുലീകരിച്ച് രാജ്യം മുഴുക്കെ എത്താവുന്ന രീതിയിലാക്കിയിരിക്കുന്നു. ടി.ആർ.ടി (ടർക്കിഷ് റേഡിയോ ആൻഡ് ടെലിവിഷൻ എന്നതിന്റെ ചുരുക്കാക്ഷരം)യിൽ നിന്നുള്ള ആരോ ഞങ്ങളുമായി അഭിമുഖം നട ത്തുന്നു. ആ വർഷത്തെ ഏറ്റവും മികച്ച പ്രസാധകനുള്ള അവാർഡ് ഞങ്ങൾക്കായതിനാലാണ് ഈ അഭിമുഖം നടക്കുന്നത്.

ക്യാമറയിൽ നിന്നുള്ള വെളിച്ചം. ചുറ്റിലും വെളിച്ചം. അതിനുള്ളിൽ ഞാൻ ഫെരിദെയെ കാണുന്നു.

ഫെരിദെയ്ക്ക് പുറകെ ഹാൻസിസാദെ കുടുംബം മുഴുക്കെയുണ്ട്. ഹാൾ കൈയടികൊണ്ട് നിറയുന്നു. ഫെരിദെയുടെ അച്ഛൻ എന്നെ പുറത്ത് തട്ടി അഭിനന്ദിക്കുന്നു.

“ഗംഭീരം മകനേ, നിയാണ് യഥാർത്ഥ ഹീറോ.”

അത് ഞാൻ തന്നെയാണോ? ഈ ഞാൻ? വെള്ള ഷർട്ടും ചുവന്ന ടൈയ്യും ധരിച്ച്, വിയർത്തൊട്ടിയ മുഖവുമായി, മുഖത്ത് ഒരു വിഡ്ഢി ച്ചിരിയും പിടിപ്പിച്ച്!

അത് ഞാൻ തന്നെയാണോ? അലി ബെയുടെ മകൻ? സ്വന്തമായി ഒരു തൊഴിൽ പോലുമില്ലാത്തവൻ? ഞാൻ വീണ്ടും അച്ഛനെ കാണാൻ പോയി. അദ്ദേഹത്തിന്റെ എത്രാമത്തെ വിചാരണയാണിതെന്ന് എനി ക്കറിയില്ല.

അന്ന് പോകുമ്പോൾ ഒരു പെട്ടി കുക്കീസ് കയ്യിൽ കരുതിയിരുന്നു. അലി ബെ ക്ഷൗരം ചെയ്തിരുന്നു. വൃത്തിയിൽ വസ്ത്രം ധരിച്ചിരുന്നു. സുന്ദരനായിട്ടുണ്ടായിരുന്നു. നിപുണരുടെ റിപ്പോർട്ട് വന്നിട്ടുണ്ട്. അച്ഛൻ എന്തെങ്കിലും കുറ്റം ചെയ്തതായി അവർക്കതിൽ കാണാനായിട്ടില്ല. എന്നിട്ടും കോടതി ശിക്ഷിച്ചു.

അച്ഛൻ അതിനെതിരെ അപ്പീൽ പോയി. താൻ ഇതിൽ നിന്ന് പുറത്തു വരുമെന്നും തന്നെ ബുദ്ധിമുട്ടിച്ചവരോട് പകരം ചോദിക്കുമെന്നും അപ്പോഴും അച്ഛൻ വിശ്വസിച്ചു.

എന്റെ പ്രിയപ്പെട്ട അച്ഛാ, താങ്കളെപ്പോലെ ദൃഢചിത്തനാകാൻ എനിക്കായെങ്കിൽ!

ഞാൻ മാനസികമായി തകർന്നിരിക്കുന്നു എന്നദ്ദേഹം കണ്ടു. കാരണം കണ്ടെത്താൻ ശ്രമിച്ചു. ഞാനൊന്നും പറഞ്ഞില്ല.

സത്യം. ഞാനൊന്നും പറഞ്ഞില്ല. പക്ഷേ എന്റെയുള്ളിലെ വേദന വിഷമായി മാറുകയായിരുന്നു. അതെന്റെ തൊണ്ട എരിയിക്കുന്നുണ്ടാ യിരുന്നു. രാത്രികൾ താങ്ങാനാകാത്തതായി തുടങ്ങിയിരിക്കുന്നു.

ഇനിയും ഇതുപോലെയുള്ള രാവുകൾ എനിക്ക് വയ്യ. ചിലപ്പോൾ ജാലക മൊന്ന് തുറന്നിട്ട് ഉച്ചത്തിൽ "മതി, എല്ലാം മതി" എന്ന് കരയണമെന്ന് തോന്നും.

പക്ഷേ ഞാനത് ചെയ്തില്ല. പകരം കണ്ണുനീർ പുറംകൈകൊണ്ട് തുടച്ചു. അവസാനം ഒരു തീരുമാനത്തിലെത്തി.

മുനീറേയുമായി അച്ഛൻ ഒളിച്ചോടിയതുപോലെ ഫെരിദെയുമായി ഞാനും പോകും. അങ്ങനെ എനിക്കും സ്വന്തമായി ഒരു 'നീണ്ട കഥ' യുണ്ടാകും.

ഞാൻ ഈ നീണ്ടകഥയെ മനസ്സിലിട്ട് ഒരാഴ്ച താലോലിച്ചു.

സെലാമി എന്ന മദ്യപന്റെ പ്രവർത്തികളുടെ അനന്തരം ഫലം കാരണം ഹാൻസിലാർ കുടുംബത്തിന്റെ ശ്രദ്ധയൊന്ന് പിടിച്ച് പറ്റാൻ എനിക്കായില്ല. ചിലപ്പോൾ ആരെങ്കിലും എന്തെങ്കിലും പറഞ്ഞ് എന്റെ നിയന്ത്രണം നഷ്ടപ്പെട്ടാൽ അത് മറ്റൊരു സംഘട്ടനത്തിൽ കലാശി ച്ചേക്കാം.

അവസാനം ഞാനീ വിഷയം സെവിം ഹോചയ്ക്ക് മുന്നിൽ അവ തരിപ്പിച്ചു.

ആദ്യം അവരൊന്ന് ശങ്കിച്ചു, ഭയന്നു. "എങ്ങനെ ചെയ്യും എന്നെനിക്ക് മനസ്സിലാകുന്നില്ല. അപായമാണത്..." പക്ഷേ ഞാൻ നിർബന്ധിച്ചു.

"ഫെരിദെയോടൊന്ന് സംസാരിക്കൂ. അവളുടെ അഭിപ്രായമറിയൂ."

സെവിം ഹോചാഹാനിം കരുണയുള്ളവളാണ്. അവർ എന്റെ ദുഃഖാ വസ്ഥ കണ്ടു. എന്നെ സഹായിക്കാം എന്ന് സമ്മതിച്ചു. ഒരാഴ്ചയ്ക്കകം ഉത്തരമെത്തി.

"എനിക്കവനോട് സ്നേഹമുണ്ട്. അവനെ എന്നും ഞാൻ സ്നേ ഹിക്കും. എന്നാൽ 'ഹാൻസിലാറിന്റെ മകൾ ഒളിച്ചോടി' എന്ന് പറഞ്ഞ് കുടുംബത്തിനു മാനക്കേടുണ്ടാക്കുന്നതൊന്നും ഞാൻ ചെയ്യില്ല. ഞങ്ങളുടെ പ്രണയം മറ്റൊരു ലോകത്തിൽ സാഫല്യമണയും എന്നവ നോട് പറയൂ" എന്ന സന്ദേശം ഹാനിം വഴി അയയ്ക്കുമ്പോൾ ഫെരീദെ കരയുകയായിരുന്നു.

ഈ വാക്കുകൾ സെവിം ഹാനിം എന്നോട് പറഞ്ഞപ്പോൾ അവരുടെ കണ്ണും നിറഞ്ഞിരുന്നു.

എന്റെ പുനരാലോചനകളിൽ ഇതും സാധ്യമാണെന്ന ചിന്ത എന്നിലു ണ്ടായി. എന്നാൽ "ഇതിനും വിപരീതമായ ഒരു ഉത്തരമാണെനിക്ക് ലഭിക്കുന്നതെങ്കിൽ" എന്നതിനെക്കുറിച്ച് ഗൗരവമായി ഞാൻ ചിന്തിച്ചില്ല.

ആ വാക്കുകൾ കേട്ടപ്പോൾ, എന്റെ ശബ്ദമടഞ്ഞു. എനിക്ക് ശ്വസി ക്കാനായില്ല.

വാ തുറന്നെങ്കിലും വാക്കുകൾ പുറത്ത് വന്നില്ല.

കാറ റ്റ്യുറാനുപോലും എന്നെ സംസാരിപ്പിക്കാനായില്ല. ഞാൻ വെറുതെ എന്തൊക്കെയോ പിറുപിറുത്തുകൊണ്ടിരുന്നു.

ഞാൻ വഴിയിലൂടെ, വയലിലൂടെ, കുന്നിൻ മുകളിലൂടെ നടന്നു കൊണ്ടേയിരുന്നു. മജ്നുമിനെപ്പോലെ പ്രണയപരവശനായി ഞാൻ കറങ്ങി നടന്നു.

ക്ഷീണിതനാകുന്നതുവരേക്കും അലഞ്ഞ് തിരിഞ്ഞു.

ഈ ചെറുപ്രായത്തിലേ എനിക്ക് ഈ ജീവിതത്തിലും ഈ പട്ടണത്തിലും മടുപ്പ് തോന്നിത്തുടങ്ങിയിരിക്കുന്നു.

അച്ഛനെ സന്ദർശിക്കുന്നതുപോലും ഞാൻ നിർത്തി വച്ചു.

"അവനെന്തുകൊണ്ടാണ് വരാത്തത്" എന്ന് അച്ഛൻ മൂസ കാവൂസിനോട് ചോദിച്ചു. "അവന് അസുഖമെന്തെങ്കിലുമാണോ?" കാവൂസ് എന്നോട് സംസാരിച്ചു.

"മോനെ, നിന്റെ അച്ഛൻ വല്ലാതെ വേവലാതിപ്പെടുന്നു. ഒന്ന് പോയി കാണൂ. ഒരു നിമിഷമെങ്കിലും അവിടെ ചിലവിടൂ. നീ ജീവനോടെയുണ്ടെന്നെങ്കിലും അദ്ദേഹമറിയട്ടെ."

കാവൂസ് പറഞ്ഞത് ശരിയായിരുന്നു. അച്ഛൻ വല്ലാത്ത വിഷമത്തിലായിരുന്നു. "എന്റെ മകൻ അങ്ങനെയൊന്നും ചെയ്യില്ല" എന്ന് അച്ഛൻ പറഞ്ഞിരിക്കും. ഞാൻ പോകണം. അച്ഛന്റെ ചുമലിൽ തല ചായ്ച്ച് കരയണം.

ഞാൻ ഒരു പെട്ടി കുക്കീസ് വാങ്ങി. അച്ഛനെ കാണാനിറങ്ങി. എഴുതിക്കൊണ്ടിരിക്കുമ്പോൾ അച്ഛനിൽ സ്നേഹം കൂടും.

അച്ഛൻ എന്നെ കെട്ടിപ്പിടിച്ചു. എന്റെ മണം മുഴുവനായി പിടിച്ചെടുക്കുന്നതുപോലെ ശ്വാസമെടുത്തു. മുഖം എന്റെ കവിളിലൊട്ടിച്ച് വച്ചു. അച്ഛന്റെ മുഖത്ത് താടി വളരുന്നു. ഞാൻ പുഞ്ചിരിച്ചു.

"അലി ബെ താടി വളർത്തുന്നു."

"അതെ. ഞാനെന്തായിരുന്നു എന്ന് ആരും പറയരുത്. ഞാൻ എന്തായിരിക്കണം എന്നാണ് പറയേണ്ടത്."

ആദ്യം അച്ഛൻ അച്ഛന്റെ കേസിനെക്കുറിച്ചുള്ള വാർത്ത പറഞ്ഞു. കേസ് അതിന്റെ അവസാനത്തിലേക്ക് നീങ്ങുന്നു. "അവർ എന്നെ എന്തായാലും വെറുതെ വിടും." 163 അനുസരിച്ച് അറസ്റ്റ് ചെയ്യപ്പെട്ട മറ്റൊരു മനുഷ്യനും കൂടി അവിടെയുണ്ടായിരുന്നു. അവരിരുവരും സുഹൃത്തുക്കളായിരിക്കുന്നു. അച്ഛനിപ്പോൾ അയാളുടെ കേസുകൂടി നോക്കുന്നു. അയാൾക്ക് വേണ്ടി ന്യായങ്ങൾ നിരത്തി പ്രതിരോധിക്കുന്നു. അച്ഛനു പറയാനുള്ളതെല്ലാം പറഞ്ഞ് കഴിഞ്ഞപ്പോൾ എന്റെ മുഖത്തേക്ക് നോക്കി. ഇനി നിന്റെ ഊഴം, നിന്റെ വിശേഷങ്ങൾ കേൾക്കട്ടെ എന്ന മട്ടിൽ എന്നെ നോക്കി.

ഞാൻ ധൈര്യം സംഭരിച്ചു. കെട്ടുപൊട്ടിച്ചു. എല്ലാം തുറന്ന് പറഞ്ഞു. ഇടയ്ക്ക് സങ്കടം സഹിക്കാതായപ്പോൾ ചുണ്ട് കടിച്ചു. ഞാൻ എന്റെ വാർത്ത പറഞ്ഞപ്പോൾ അച്ഛൻ മുറിയിൽ ഉലാത്തുകയായിരുന്നു. എന്നെ പ്രോത്സാഹിപ്പിക്കുന്നുണ്ടായിരുന്നു. ആ പിന്തുണയുടെ പിൻബലത്തിൽ എന്റെ ശബ്ദത്തിനു കരുത്ത് കൂടി. എന്റെ മാനസിക പിരിമുറുക്കത്തിനയവ് വന്നു. ഇടയ്ക്ക് സന്തോഷം വന്നിട്ടെന്നപോലെ അച്ഛൻ കൈകൾ കൂട്ടിത്തിരുമ്മി. കയ്യടിച്ചു. "നീ സത്യമായും അവളെ തട്ടിക്കൊണ്ടു പോകാൻ നോക്കിയോ?" എന്ന് ചോദിച്ചു. എന്നിട്ട് തന്റെ യൗവ്വനകാലവും എന്റെ നഷ്ടപ്രണയവും തമ്മിൽ താരതമ്യപ്പെടുത്തി.

അച്ഛന്റെ തമാശകളും അലക്ഷ്യമനോഭാവവും പക്ഷേ എനിക്ക് പൂർണ്ണമായും ഉൾക്കൊള്ളാനായില്ല.

"എനിക്ക് അച്ഛനെ ഇവിടെ ഒറ്റയ്ക്ക് വിട്ട് പോകാനിഷ്ടമില്ല. പക്ഷേ ഈ പട്ടണത്തിൽ ഇനിയെനിക്ക് തുടരാനാകില്ല." ഞാൻ പറഞ്ഞു.

അച്ഛനത് കേട്ട് ഒരു ഭാവമാറ്റവുമുണ്ടായില്ല. അതേപോലെ സന്തോഷവാനായി തുടർന്നു.

"എന്നെക്കുറിച്ച് ചിന്തിക്കണ്ട. എന്റെ ജീവിതം എന്നും ഇങ്ങനെയായിരുന്നു. നീ പക്ഷേ എവിടേക്ക് പോകും?"

"എനിക്കറിയില്ല."

"അറിയാതിരിക്കുന്നതാണ് ഉത്തമം."

"താങ്കൾ സ്വന്തം മകനെ അനിശ്ചിതത്ത്വത്തിനു വിട്ട് കൊടുക്കുകയാണോ?"

അച്ഛൻ ഒരു കൺപുരികമൊന്നുയർത്തി. കളിയാക്കുന്ന മട്ടിൽ പറഞ്ഞു.

"ഈ വാക്കുകൾ എവിടെനിന്ന് വന്നു. വല്ല കവിതയോ മറ്റോ എഴുതുന്നുണ്ടോ?"

ഞാൻ നിശ്ശബ്ദനായി തല താഴ്ത്തി.

അച്ഛനും നിശ്ശബ്ദനായി.

ഒരുപക്ഷേ ഞങ്ങൾ ഇരുവരും അപ്പോൾ വേർപിരിയലിനെക്കുറിച്ച് ചിന്തിക്കുകയായിരുന്നിരിക്കാം. ആദ്യമായാണ് ഞങ്ങൾ പിരിയുന്നത്. അച്ഛൻ പെട്ടെന്ന് ഗൗരവം പൂണ്ടു.

"ഇസ്താംബൂളിലേക്ക് പോകുന്നതായിരിക്കും നിനക്ക് നല്ലത്. ഈ ചെറുപട്ടണങ്ങളിൽ നിന്നും പുറത്ത് കടക്കണം. നിന്റെ ചക്രവാളമൊന്ന് വികസിപ്പിക്കണം. ഞാൻ ഒരു വിലാസം തരാം. എന്റെ ഒരു സുഹൃത്തിന്റേതാണത്. നിനക്ക് താമസസൗകര്യം അവനൊരുക്കിത്തരും. ഒരു ജോലിയും ശരിയാക്കി തരും."

"ശരി."

മുസ്തഫ കുത്‌ലു

“നമുക്കുള്ള സമ്പാദ്യം ഞാൻ മൂസ കാവൂസിനെ ഏല്പിച്ചിട്ടുണ്ട്. അദ്ദേഹത്തിൽനിന്ന് നിനക്കാവശ്യമുള്ള തുക വാങ്ങിക്കോളൂ.”

അച്ഛൻ പുഞ്ചിരിച്ചു. ആ പുഞ്ചിരിയിൽ ഇത്തിരി ദുഃഖം കലർന്നിരുന്നു.

“അതൊരു വലിയ തുകയൊന്നുമല്ല... എങ്കിലും...”

“ശരി.’

“കട മൂസ കാവൂസിനെ ഏല്പിച്ചോളൂ. അദ്ദേഹം ആരെയെങ്കിലും കണ്ടെത്തും. അവർ നമുക്ക് വേണ്ടി കച്ചവടം നടത്തിക്കോളും.”

“കുറച്ച് അടിവസ്ത്രമൊക്കെ വാങ്ങിക്കോളൂ. പിന്നെ എന്തൊക്കെ വേണോ അതെല്ലാം. വീടിന്റെ ചാവി മൂസ കാവൂസിനെ ഏല്പിച്ചോളൂ.”

അച്ഛൻ ഇരിക്കുകയായിരുന്നു. പെട്ടെന്ന് ചാടിയെഴുന്നേറ്റ് ഒരു ചെറിയ മേശപ്പുറത്ത് വച്ചിരുന്ന ടൈപ്പ് റൈറ്ററിനരികിലേക്ക് നീങ്ങി.

“ഇതാ ഇതും കൊണ്ടുപോയിക്കോളൂ.”

“അയ്യോ! ഇതെനിക്ക് കൊണ്ടുപോകാനാകില്ല!”

“കൊണ്ടുപോ മോനെ, കൊണ്ടുപോകാൻ ഞാൻ പറഞ്ഞുവെങ്കിൽ അതിനൊരു കാരണം കാണും.”

“ഇത് കൈവശമുള്ളിടത്തോളം കാലം ഞാൻ അരികിലുള്ളതായി നിനക്ക് തോന്നും. ഇതിന്റെ അക്ഷരങ്ങളിലൂടെ വിരലോടിച്ച് അതിന്റെ ചിലമ്പിച്ച ഒച്ച കേൾക്കുമ്പോൾ ഞാൻ നിന്നോട് സംസാരിക്കുകയാണെന്ന് നിനക്ക് തോന്നും.

ഈ ടൈപ്പ് റൈറ്റർ എന്ന് നിശ്ശബ്ദമാകുന്നോ, അന്ന്...”

അച്ഛൻ ആ വാചകം പൂർത്തിയാക്കിയില്ല. ഞങ്ങൾ പരസ്പരം ആലിംഗനം ചെയ്തു. ഞാനിപ്പോൾ ഒരു തീവണ്ടിയിലാണ്. ഈ കംപാർട്ട്മെന്റിൽ ഒരു കർഷക കുടുംബമുണ്ട്. ഒരു വൃദ്ധ ദമ്പതികൾ. ആ വൃദ്ധയുടെ സഹോദരനുണ്ട്. ഏകദേശം അതേ പ്രായം. പിന്നെ അവരുടെ മകനും മരുമകളും രണ്ട് പേരക്കുട്ടികളുമുണ്ട്. പെൺകുട്ടികൾ. ചുറ്റിലും സഞ്ചികളും കൊട്ടകളും നിറഞ്ഞിരിക്കുന്നു.

തീരെ പരിതാപകരമായ അവസ്ഥയിലുള്ള എന്റെ സ്യൂട്ട്കേസ് ഒരു മൂലയിൽ വച്ചിട്ടുണ്ട്. ടൈപ്പ്റൈറ്റർ ഞാനൊരു കാർഡ്ബോഡ് പെട്ടിയിൽ പൊതിഞ്ഞ് അതിനു മീതെ ചരടുകൊണ്ട് കെട്ടിയിട്ടുണ്ട്. അത് ജനലിനരികിൽ വച്ചിരിക്കുന്നു. എന്റെ ഒരു കണ്ണെപ്പോഴും അതിലാണ്. അത് നിലത്ത് വീണാലോ... അല്ലെങ്കിൽ...

എന്റെ സഹയാത്രികർ എനിക്ക് കുറച്ച് റൊട്ടിയും ചീസും പുഴുങ്ങിയ മുട്ടയും തന്നു. ഞങ്ങൾ ഭക്ഷണം കഴിച്ചു. മരുമകൾ ഇപ്പോൾ കുട്ടികളുടെ വായ് കഴുകിപ്പിക്കുക, മുടിയൊതുക്കുക എന്നീ കാര്യങ്ങളിൽ തിരക്കിലാണ്. മകൻ പുറത്തെ ഇടനാഴിയിൽനിന്ന് പുകവലിക്കുന്നു.

വൃദ്ധർ വയലിനെക്കുറിച്ചും കൃഷിയെക്കുറിച്ചും പഴയ കാലങ്ങളെക്കുറിച്ചും പട്ടാള സേവനത്തെക്കുറിച്ചും നായാട്ടിനെക്കുറിച്ചും തണുപ്പേറിയ മഞ്ഞുകാലങ്ങളെക്കുറിച്ചുമെല്ലാം സംസാരിച്ചുകൊണ്ടിരിക്കുന്നു.

സമയങ്ങനെ കഴിഞ്ഞ് പോകുന്നു.

അർദ്ധരാത്രി കഴിഞ്ഞിരിക്കുന്നു.

കുട്ടികൾ അമ്മയുടെ മടിയിൽ തലവച്ച് ഉറക്കത്തിലാണ്. മറ്റുള്ളവരും ഉറക്കത്തിലാണ്. പലരും അടുത്തിരിക്കുന്നയാളുടെ ചുമലിൽ തലചാരിയാണുറങ്ങുന്നത്.

കുട്ടികളുടെ അച്ഛൻ അപ്പോഴും ഇടനാഴിയിലാണ്. ഞാൻ അവിടേക്ക് നടന്നു. ഇരുട്ടായിരുന്നു. നീണ്ട ഇടനാഴിയാണ്. മച്ചിൽ നിന്നും വിളറിയ വെളിച്ചം അരിച്ചെത്തുനുണ്ട്. കുറച്ച് മാറി രണ്ട് പട്ടാളക്കാർ ആംഗ്യവിക്ഷേപങ്ങളോടെ സംസാരിക്കുന്നുണ്ട്. അവരുടെ ശബ്ദം ഞങ്ങളിലേക്കെത്തി.

ഞാൻ പുറത്തേക്ക് വന്നപ്പോൾ ആ യുവാവ് അകത്തേക്ക് പോയി. ഞാൻ ഒഴിഞ്ഞ സ്ഥലത്തേക്ക് നൂണ്ട് കയറി ഇനി അയാൾ ഉറങ്ങും. ഞാൻ ഒറ്റയ്ക്കായി. ഇതിനെയാണോ വേർപാട് എന്ന് പറയുന്നത്?

ആ ഫ്യൂച്സിയ ചെടിയും ഗോഡ്ഫിഞ്ച് പക്ഷിയും വേണോ എന്ന് ഞാൻ അച്ഛനോട് ചോദിച്ചിരുന്നു.

അച്ഛനത് വേണ്ടായിരുന്നു.

"അവയ്ക്ക് ഇവിടം അതിജീവിക്കാനാകില്ല. അവയെ പ്രസാധന സ്ഥാപനത്തിൽ ഉപേക്ഷിച്ചേക്കൂ. പിന്നെ... എനിക്ക് എഴുതാൻ മറക്കരുത്!"

തീർച്ചയായും ഞാൻ അച്ഛന് കത്തെഴുതും. പക്ഷേ ഞാൻ എന്തെഴുതും?

എന്തിനെക്കുറിച്ചെഴുതും എന്നാലോചിക്കാൻ തുടങ്ങിയപ്പോൾ, ഞാൻ വായിച്ച പുസ്തകങ്ങൾ ഒന്നൊന്നായി വരിവച്ച് എന്റെ മനസ്സിലൂടെ നീങ്ങാനാരംഭിച്ചു. ആ നോവലിലെ നായകർ, അവരുടെ പ്രണയങ്ങൾ, അവരുടെ യാത്രകൾ, അവർ അനുഭവിച്ച ബുദ്ധിമുട്ടുകളെല്ലാം.

തീവണ്ടി ചക്രം ട്രാക്കിലുരസുമ്പോഴുണ്ടാകുന്ന ചിലമ്പിച്ച, ഗോൾഡ്ഫിഞ്ച് പക്ഷിയുടെ സംഗീതത്തിലും ടൈപ്പ്റൈറ്ററിന്റെ ചിലമ്പലിലും ലയിച്ച് ചേർന്നു.

അമ്മയുടെ മുഖം മനസ്സിലെത്തി. പിന്നെ ഫെരിദെയുടേയും.

തീവണ്ടി വേഗം കുറയ്ക്കുന്നു.

അടുത്ത സ്റ്റേഷനിൽ നിർത്താനുള്ള തയ്യാറെടുപ്പിലാണെന്ന് തോന്നുന്നു.

ഞാൻ പെട്ടെന്ന് അകത്തേക്ക് കയറി. എന്റെ സ്യൂട്ട് കേസും ടൈപ്പ്റൈറ്ററുമെടുത്തു. കർഷക കുടുംബം അപ്പോഴും ഉറങ്ങുകയായിരുന്നു.

അതേ വേഗത്തിൽ ഞാൻ ഇടനാഴിയിലൂടെ നടന്ന് വാതിൽക്കലെത്തി.

തീവണ്ടി ഇപ്പോൾ സ്റ്റേഷൻ വിട്ടിരിക്കുന്നു.

യാത്രികർ അധികമില്ലാത്ത ഒരു സ്റ്റേഷനിൽ തനിച്ചാണിപ്പോൾ ഞാൻ.

വിശന്ന ഏതാനും യാത്രികരെ കണ്ടു. പിന്നെ ഉറക്കം തൂങ്ങുന്ന റെയിൽ ജീവനക്കാരേയും.

മഴ ശമിച്ചിരിക്കുന്നു. ശരത്കാലത്തിലെ അഴുകുന്ന പുല്ലിന്റേയും ഇലകളുടെയും ഗന്ധമെത്തുന്നു. ഇടയ്ക്ക് എവിടെനിന്നോ നായ്ക്കളുടെ കുര കേൾക്കുന്നു. ഇരുട്ടിൽ ആരോ എന്റെ സമീപമെത്തി.

"താങ്കളുടെ സാമാനങ്ങൾ ഞാൻ ചുമക്കണോ? ഹോട്ടൽ വേണോ...?"

ഇവർ മിടുക്കരാണ്. അപരിചിതരെ എത്ര പെട്ടെന്നാണിവർ മണ ത്തെടുക്കുന്നത്.

ഇതേതാണ് സ്ഥലം?

ഏതായാലെന്താ?

ഞാൻ ഇസ്താംബൂളിലേക്ക് പോകുകയായിരുന്നു. ഇതാ ഇവിടെ എത്തിപ്പെട്ടിരിക്കുന്നു.

എന്റെ ഒരു കയ്യിൽ ഒരുപഴകിയ സ്യൂട്ട് കേസ്, മറുകയ്യിൽ ടൈപ്പ് റൈറ്റർ അടങ്ങുന്ന ഒരു പെട്ടി.

ഞാനിപ്പോൾ എന്റെ അച്ഛനായിരിക്കുന്നു.

ഞാനയാളെ നോക്കി ഒന്ന് പുഞ്ചിരിച്ചു. എന്നിട്ട് "ശരി, പോകാം" എന്ന് പറഞ്ഞു.

ഞങ്ങൾ ഒരു പഴയ ഫിയറ്റ് 124 വണ്ടിയിൽ യാത്ര ചെയ്തുകൊണ്ടി രിക്കുകയാണ്.

തെരുവിൽ ആരുമില്ല.

ഈ തെരുവിന്റെ പേര് 'സ്റ്റേഷൻ തെരുവ്' എന്നാകുമെന്ന് ഞാൻ വേണമെങ്കിൽ വാത് വയ്ക്കാം.

ഒരു ഹോട്ടലിലെത്തിയാൽ, എന്റെ മുറിയിലെത്തിയാൽ, ടൈപ്പ് റൈറ്റർ ഒരുക്കി വയ്ക്കും.

എന്നിട്ട് അതിന്റെ അക്ഷരങ്ങളിലൂടെ വിരലോടിക്കും. അവയെ ക്കൊണ്ട് തീവണ്ടിയിലിരിക്കുമ്പോൾ എന്നിൽ കുമിഞ്ഞ വികാരങ്ങൾ, തീവണ്ടിയിൽനിന്നും എന്നെ പെട്ടെന്ന് പുറത്തിറക്കിച്ച വികാരങ്ങൾ ഒപ്പി യെടുപ്പിക്കും.

ഞാൻ എന്തെഴുതും?

എന്റെ എഴുത്തുകൊണ്ട് എന്ത് ഗുണമുണ്ടാകും?

അതെന്തോ ആകട്ടെ. ഞാൻ ബിസ്മില്ലാഹ് പറഞ്ഞു. ഞാൻ എഴുതുകയാണ്.

അന്നെനിക്ക് പതിനാറ് വയസ്സ്. സിക്സ്ത് ഫോമിൽ രണ്ടാം വർഷം. ഞാനന്ന് നല്ല ഉയരമുള്ള മെലിഞ്ഞ ഒരു പയ്യൻ. ഒരു മുള്ളൻപന്നിയുടെ മുള്ളുപോലെ മുടി സ്പൈക് ചെയ്തിട്ടുണ്ട്. അത് രണ്ട് വശങ്ങളിലേക്ക് ചീകിയൊതുക്കാനാകില്ല. പുറകിലേക്കും മാടിയിടാനാകില്ല. ഇത് ചിലപ്പോഴെന്നെ ഭ്രാന്ത് പിടിപ്പിക്കാറുണ്ട്.

"നീ ഒരാടിനെപ്പോലെ ദുശ്ശാഠ്യക്കാരനാണ്. ദുശ്ശാഠ്യമുള്ള കുട്ടികളുടെ മുടിക്ക് കട്ടികൂടും. നിന്റെ മുത്തച്ഛന്റെ രൂപമാണ് നിനക്ക്. അമ്മയുടേതായിരുന്നെങ്കിൽ എന്ന് ഞാൻ പലപ്പോഴും ആഗ്രഹിക്കാറുണ്ട്," അച്ഛൻ എന്നോടിങ്ങനെ പറയാറുണ്ടായിരുന്നു.

എത്ര നേരം ഞാൻ ടൈപ്പ് ചെയ്തിട്ടുണ്ടാകും എന്നെനിക്ക് അറിയില്ല. കഴുത്ത് ഉളുക്കിയെന്ന് തോന്നുന്നു.

പ്രഭാതത്തിലെ പ്രാർത്ഥനയ്ക്കുള്ള ബാങ്ക് കേൾക്കുന്നു.

ഞാൻ ടൈപ്പ് റൈറ്ററിൽ നിന്നെഴുന്നേറ്റു.

ജാലകത്തിനരികിലേക്ക് നടന്നു.

പർദ്ദ മാറ്റി പുറത്തേക്ക് നോക്കി.

ഇത് മറ്റൊരു കൊച്ചുപട്ടണമാണ്.

അതുണരുന്നേയുള്ളു. എല്ലാവരും പെട്ടെന്ന് തന്നെ അവരുടെ ജോലികളിൽ മുഴുകി തുടങ്ങും.

ഞാൻ കീശയിൽ കൈയിട്ടു. കൈയിൽ എന്തോ തടഞ്ഞു... എന്റെ മൗത്ത് ഓർഗൺ ഇപ്പോഴും എന്റെ കൈയിലുണ്ട്.

ഞാനതിലേക്ക് കുറച്ച് നേരം നോക്കി നിന്നു. അതിനെ തടവി. പെട്ടെന്ന് അച്ഛന്റെ ചൂളം വിളി എന്റെ കാതിലെത്തി. ഞാൻ ടൈപ്പ് റൈറ്ററിനെ നോക്കി. അതിൽ അടുക്കി വച്ചിരിക്കുന്ന കടലാസുകൾ നോക്കി.

എനിക്കും ഒരു ജോലി ലഭിക്കും എന്നെനിക്ക് ഉറപ്പുണ്ട്. അന്ന് അച്ഛന് ലഭിച്ചതുപോലെ! ഞാൻ എന്തിൽ ചെന്ന് പെട്ടാലും അതെന്റെ ജോലിയാക്കാൻ എനിക്കാകും എന്നുമെനിക്ക് ഉറപ്പുണ്ട്.

ഞാൻ മൗത്ത് ഓർഗൺ വായിച്ചു.

വൗ! എനിക്കറിയാം ഇതെങ്ങനെ വായിക്കണമെന്ന്!

നന്നായി വായിക്കാനറിയാം.

മൗത്ത് ഓർഗണിൽ നിന്നും ഒഴുകിവന്ന സംഗീതം ജാലകത്തിലൂടെ പുറത്തേക്കരിച്ചിറങ്ങി പട്ടണത്തിന്റെ ചുവന്ന മേച്ചിലോടുകളിൽ പരന്നു. പുകക്കുഴലുകളിൽ നിന്നും വരുന്ന പുകയിൽ അത് ലയിച്ച് ചേർന്നു. ഈ സംഗീതം ഇനി ആരുടെ കാതിലെത്തുമെന്നും ആരൊക്കെ അത് കേൾക്കുമെന്നും ഞാൻ അമ്പരന്നു.

■

www.ingramcontent.com/pod-product-compliance
Lightning Source LLC
LaVergne TN
LVHW041618070526
838199LV00052B/3189
* 9 7 8 9 3 8 7 3 5 7 8 0 8 *